# ചരിത്രം സൃഷ്ടിച്ച
# കണ്ടുപിടുത്തങ്ങൾ

**charithram srishticha kandupiduthangal**

•

yahya chorkala

•

*first edition*
february 2010

•

*second edition*
march 2012

•

*third edition*
december 2016

•

*typesetting & published*
chintha publishers, thiruvananthapuram

•

*cover*
mahesh communique



***വിതരണം***

**ദേശാഭിമാനി ബുക്ക് ഹൗസ്**

H O തിരുവനന്തപുരം-695 035
phone: 0471-2303026, 6063026
www.chinthapublishers.com
chinthapublishers@gmail.com

***ബ്രാഞ്ചുകൾ***

ഹെഡ്ഡാഫീസ് ബ്രാഞ്ച് കുന്നുകുഴി • സ്റ്റാച്യു തിരുവനന്തപുരം • കെ എസ് ആർ ടി സി ബസ് സ്റ്റേഷൻ ആലപ്പുഴ • കെ എസ് ആർ ടി സി ബസ് സ്റ്റേഷൻ എറണാകുളം • മച്ചിങ്ങൽ ലെയിൻ തൃശൂർ • ഐ ജി റോഡ് കോഴിക്കോട് • മാവൂർ റോഡ് കോഴിക്കോട് • എൻ ജി ഒ യൂണിയൻ ബിൽഡിങ് കണ്ണൂർ • സെൻട്രൽ ബസ് ടെർമിനൽ കോംപ്ലക്സ് താവക്കര കണ്ണൂർ

CR - VV. 72 / 1534 / 4002

# ചരിത്രം സൃഷ്ടിച്ച കണ്ടുപിടുത്തങ്ങൾ

യഹ്‌യ ചൊർക്കള

ചിന്ത പബ്ലിഷേഴ്സ്
തിരുവനന്തപുരം-695 035

## യഹ്യ ചൊർക്കള


കണ്ണൂർ ജില്ലയിലെ ചൊർക്കള സ്വദേശി.

രാഷ്ട്രമീമാംസയിൽ ബിരുദാനന്തര ബിരുദം. പത്രപ്രവർത്തനത്തിൽ പി ജി ഡിപ്ലോമ.

അറബി, ഉറുദു, ഇംഗ്ലീഷ് ഭാഷകളിൽനിന്ന് പത്തോളം കൃതികൾ മലയാളത്തിൽ പരിഭാഷപ്പെടുത്തിയിട്ടുണ്ട്.

ചില പ്രസിദ്ധീകരണങ്ങളിൽ എഡിറ്ററായി പ്രവർത്തിച്ചു. നിരവധി ലേഖനങ്ങളും ഫീച്ചറുകളും അഭിമുഖങ്ങളും ഡോക്യുമെന്ററി തിരക്കഥകളും തയാറാക്കിയിട്ടുണ്ട്. കവിതയ്ക്കുള്ള സജാദ് സഹിർ അവാർഡ്, കടത്തനാട്ട് മാധവിയമ്മ അവാർഡ്, മുംബൈ വൈറ്റ്ലൈൻ ജേണൽ അവാർഡ് എന്നീ പുരസ്കാരങ്ങൾ നേടിയിട്ടുണ്ട്.

ഇപ്പോൾ മാധ്യമമേഖലയിൽ പ്രവർത്തിക്കുന്നു.

Phone : 9633096220
e mail : ayhay1234@gmail.com

# ഉള്ളടക്കം

# 1

# ഘടികാരം

പീറ്റർ ഹെലിൻ

**പ**തിനഞ്ചാം നൂറ്റാണ്ടിൽ ജർമനിയിലെ പീറ്റർ ഹെലിൻ ആണ് ആദ്യമായി ഘടികാരം നിർമിച്ചത്. ഇരുമ്പുപണിക്കാരനായിരുന്നു ഹെലിൻ. ചെണ്ടയുടെ രൂപത്തിലുള്ള ക്ലോക്കുണ്ടാക്കാൻ രണ്ടുവർഷം വേണ്ടിവന്നു. ഇരുമ്പുകൊണ്ട് നിർമിച്ച ഈ ക്ലോക്കിന് ആറടി ഉയരമുണ്ടായിരുന്നു. മണിക്കൂർ കാണിക്കാനൊരു കൈയേ ഇതിനുണ്ടായിരുന്നുള്ളൂ. പക്ഷേ, കൃത്യതയുണ്ടായിരുന്നില്ല ഈ ക്ലോക്കിന്. ശരിയായ സമയത്തേക്കാൾ ഒരു മണിക്കൂറോളം പിറകിലായിരുന്നു അത്. 1504-ലാണ് ഈ ക്ലോക്ക് വിപണിയിലെത്തുന്നത്. ഇതിന്റെ അവശിഷ്ടം ഇന്നും ഫിലാഡൽഫിയ മെമ്മോറിയൽഹാൾ മ്യൂസിയത്തിൽ സൂക്ഷിച്ചിട്ടുണ്ട്.

രൂപം വലിയൊരു തടസ്സമായിരുന്നു. കാരണം, വലിയ ക്ലോക്കുകൾ അസൗകര്യം നിറഞ്ഞതായിരുന്നു, കൊണ്ടു നടക്കാനും ഏറെ പ്രയാസം. നിരവധി പരീക്ഷണങ്ങൾക്കുശേഷമാണ് പെൻഡുലമായി ഉപയോഗിക്കാൻ കഴിയുന്ന ചെറിയ വാച്ച് നിർമിക്കുന്നത്. വ്യത്യസ്ത രീതികളിൽ നിർമിക്കുന്ന ഇവ അക്കാലത്ത് വളരെ ജനപ്രീതി നേടി. ഒരു മനുഷ്യന്റെ തലയോട്ടിയുടെ രൂപമുള്ള വാച്ചുണ്ടായിരുന്നുവത്രെ സ്കോട്ലാൻഡിലെ മേരിരാജ്ഞിക്ക്. സമയം നോക്കാനുള്ള പ്രയാസമായിരുന്നു

പെൻഡുലംവാച്ചുകളുടെ പ്രായോഗിക പ്രശ്നം.

ഇതാണ് റിസ്റ്റ്‌വാച്ചിലേക്ക് നയിച്ചത്. 1581-ൽ എലിസബത്ത് രാജ്ഞിക്ക് വേണ്ടിയായിരുന്നു ഇത് ആദ്യമായി നിർമിച്ചത്. വജ്രം പതിച്ച സ്വർണനിർമിതപട്ട അതിനുണ്ടായിരുന്നു. ഈ വാച്ചിനും മണിക്കൂർ സൂചി മാത്രമേ ഉണ്ടായിരുന്നുള്ളു. 1676-ൽ ഈ സാങ്കേതിക പ്രശ്നം പരിഹരിക്കപ്പെട്ടു. ദീർഘകാലത്തോളം, ലേഡീസ് വാച്ചുപോലെ ജനകീയമായിരുന്നു റിസ്റ്റ് വാച്ചുകളും. പുരുഷന്മാർ സാധാരണ പോക്കറ്റ് വാച്ചുകളായിരുന്നു ഉപയോഗിച്ചിരുന്നത്. ഒന്നാം ലോകമഹായുദ്ധവേളയിൽ പോക്കറ്റ് വാച്ചിന്റെ ഉപയോഗം സൈനികർക്ക് ബുദ്ധിമുട്ടായി. ഇതുകാരണം ആയുധങ്ങളും വെടിക്കോപ്പുകളുമടങ്ങിയ കൈയിൽ റിസ്റ്റ് വാച്ച് കെട്ടാൻ ജർമൻസൈന്യം കൽപ്പിച്ചു. വലിപ്പത്തിലും രൂപത്തിലും മാത്രമേ റിസ്റ്റ്‌വാച്ചും ലേഡീസ്‌വാച്ചും തമ്മിൽ വ്യത്യാസമുള്ളൂ. ഇതോടെ പ്രശ്നം തീർന്നു. സ്ത്രീകളും പുരുഷന്മാരും റിസ്റ്റ് വാച്ച് ഉപയോഗിച്ചു തുടങ്ങി.

പീറ്റർ ഹെലിന്റെ ഘടികാരം

സ്വിസ് വാച്ചുകളാണ് ഏറ്റവും മികച്ചതായി ഗണിക്കപ്പെടുന്നത്. ലോകത്ത് ആദ്യ ഓട്ടോമാറ്റിക് വാച്ച് നിർമിച്ചത് സ്വിറ്റ്സർലൻഡിലായിരുന്നു. ഇന്നത്തെ വാച്ചുകളിൽ മൂന്ന് സൂചികളുണ്ട്– മണിക്കൂറിനും, മിനുട്ടിനും സെക്കന്റിനും. റിസ്റ്റ് വാച്ചുകളിലും അലാറം സൗകര്യമുണ്ടായി.

ചെറിയ സ്ഥലത്ത് കൂടുതൽ ഉപകരണങ്ങളുടെ സൗകര്യമുള്ളതാണ് ഇന്നത്തെ വാച്ച്. മനുഷ്യൻ സംസാരിക്കുന്നതുപോലെ സമയം പറയാൻ കഴിയുന്ന തരം വാച്ചുകളുണ്ട്.

# 2

# നൂല്

ഒരു മനുഷ്യന്റെ വിധി നൂൽനൂൽക്കുന്ന ചക്രത്തിന് ചുറ്റുമുള്ള നൂലുപോലെയാണെന്നാണ് ഗ്രീക്ക് ഐതിഹ്യം. മൂന്ന് ദേവതകളാണ് ഈ നൂല് നിയന്ത്രിക്കുന്നത്. ക്ലോത്തോദേവതയുടെ നിയന്ത്രണത്തിലാണ് ചക്രം. കുട്ടി ജനിക്കുമ്പോൾ ലാച്ചസിസ് ദേവത നൂല് വലിച്ചുതുടങ്ങും. നീളത്തിന്റെ കാര്യം ഈ ദേവതയുടെ ദൗത്യമാണ്. മരണസമയത്ത് ആട്രോപോസ് ദേവത കത്രികകൊണ്ട് ഈ നൂല് മുറിച്ചുകളയും.

പ്രാചീന കാലം മുതലേ നൂല് നിലവിലുണ്ടായിരുന്നുവെന്നതിന് ഈ കഥ തെളിവാണ്. 19-ാം നൂറ്റാണ്ടുവരെ റാട്ട് കൊണ്ടാണ് നൂല് നിർമിച്ചിരുന്നത്. കൈകൊണ്ടു പ്രവർത്തിക്കുന്നവയായിരുന്നു അവ. സിൽക്ക് നൂലിനോടായിരുന്നു യൂറോപ്യർക്ക് കമ്പം. ഇന്ത്യയിലും അയൽരാജ്യങ്ങളിലും കൈത്തറിനൂലുകൾക്കാണ് പ്രാധാന്യം. ആംഗ്ലോ-ഫ്രഞ്ച് യുദ്ധവേളയിൽ ഇംഗ്ലണ്ടിലേക്കുള്ള പട്ട് കയറ്റുമതി നെപ്പോളിയൻ നിർത്തിവെച്ചു. പരുത്തി നൂൽ ഉപയോഗിക്കാൻ തുടങ്ങി. അതുകൊണ്ട്, ഇംഗ്ലണ്ടുകാർ അതിനോട് താൽപ്പര്യം കൂടിയപ്പോൾ പട്ടിന്റെ രൂപം അതിന് നൽകുകയുണ്ടായി.

ജോൺ മെർക്കർ

ജോൺ മെർക്കറാണ് വസ്ത്രങ്ങളുടെ ചരിത്രത്തിൽ മാറ്റം വരുത്തിയ ചില പ്രധാന കണ്ടുപിടിത്തങ്ങൾ നടത്തുന്നത്. ലണ്ടനിലെ ചായം മുക്കുന്ന ഒരു കടയിൽ ജോലിക്കാരനായിരുന്നു

മെർക്കർ. പരുത്തി വസ്ത്രം കാസ്റ്റിക് സോഡയിൽ മുക്കിവച്ചാൽ, നൂല് കട്ടികൂടുകയും ദൃഢമായിത്തീരുകയും അതുവഴി ചായം മുക്കൽ എളുപ്പത്തിലാവുകയും ചെയ്യുമെന്ന് ഒരു ദിവസം അദ്ദേഹം കണ്ടുപിടിച്ചു. 'mercerised cloth' ന്റെ തുടക്കം അതായിരുന്നു. ഒരു ശാസ്ത്രജ്ഞനല്ലെങ്കിലും ഇംഗ്ലണ്ടിലെ റോയൽ സൊസൈറ്റി അദ്ദേഹത്തെ ഫെല്ലോ അംഗമായി തെരഞ്ഞെടുത്ത് അഭിനന്ദിച്ചു.

എന്നാൽ ഒരു സമ്പൂർണ രീതിയിലുള്ള നൂല് നിർമിക്കപ്പെടുന്നത് കുറെക്കാലം കഴിഞ്ഞപ്പോഴാണ്. നിരവധി ശ്രമങ്ങൾ നടത്തിയിട്ടും ചിലന്തി വലയുടെ കാഠിന്യമുള്ള നൂല് നിർമിക്കാൻ ആർക്കും സാധിച്ചിട്ടില്ല. ചിലന്തി നെയ്യുന്ന വല നേരിയതാണെങ്കിലും ബലമേറിയതാണ്. ഇലാസ്തികതയുമുണ്ടായിരുന്നു അതിന്. കൊടുങ്കാറ്റുകൾക്കുപോലും ചിലന്തി വലയെ പരിക്കേൽപ്പിക്കാനാവില്ല. അത്തരമൊരു നൂല് നിർമിക്കുകയാണെങ്കിൽ നെയ്ത്തു ചരിത്രത്തിൽ അത്ഭുതമായിരിക്കും അത്.

# 3

# ബലൂൺ

ഹൈഡ്രജൻ ബലൂൺ

**ബി** സി 200ൽ കടലാസു കൊണ്ടു നിർമിച്ച ബലൂണുകളെപ്പറ്റി ചരിത്രത്തിലുണ്ട്. പൗരാണിക ജാപ്പനീസ് കലയായ 'ഒറിഗാമി'യും കടലാസു ബലൂണിന്റെ മറ്റൊരു രൂപമാണ്. പക്ഷേ ഈ ബലൂണുകൾക്കൊന്നും വായുവിലൂടെ ഒഴുകാൻ കഴിഞ്ഞിരുന്നില്ല.

1643-ൽ ഇറ്റാലിയൻ ശാസ്ത്രജ്ഞനായ ടോറിസെല്ലിയായിരുന്നു വായു നിരവധി വാതകങ്ങളുടെ മിശ്രിതമാണെന്ന് കണ്ടെത്തിയത്. ഇതോടെ, കടലാസു ബലൂണുകളിൽനിന്ന് വായു വലിച്ച് പുറത്തുകളഞ്ഞാൽ വായുവിലൂടെ ഒഴുകാമെന്ന് ചിലർ മനസിലാക്കി. ഇതിൽ വാതകം നിറച്ചാലും ഇതേ രീതിയിൽ സംഭവിക്കുമെന്നു കണ്ടു. അങ്ങനെ ബലൂണുകളിൽ ചൂടുള്ള വായു നിറച്ചു. വൈകാതെ വായുനിറച്ച ബലൂണുകൾ കൊച്ചു കുട്ടികളുടെ ഹരമായി മാറി.

1783-ൽ ഫ്രഞ്ച് ശാസ്ത്രജ്ഞൻ ജെ എ ചാൾസ് ഹൈഡ്രജൻ

ബലൂൺ കണ്ടെത്തി. വായുവിനെക്കാൾ കനംകുറഞ്ഞതായിരുന്നു ഹൈഡ്രജൻ. അങ്ങനെ പ്രത്യേകതരം തുണികളിൽ ഹൈഡ്രജൻ നിറച്ച് ബലൂണുകളായി വിപണിയിലെത്തി.

1839-ൽ ചാൾസ് ഗുഡ്ഇയർ റബർ കണ്ടെത്തിയതോടെ ബലൂൺ വ്യവസായം വൻ മുന്നേറ്റം നേടി. ഇത്തരം റബറുകളിൽ ഹൈഡ്രജൻ നിറച്ചാണ് ഇന്ന് ബലൂൺ നിർമിക്കുന്നത്. ഏറെ ചെലവു ചുരുങ്ങിയതു മാണിത്.

കുട്ടികളെയും മുതിർന്നവരെയും ആകർഷിക്കുന്ന നിരവധിയിനം റബർ ബലൂണുകൾ ഇന്ന് നിലവിലുണ്ട്. സാഹസികർക്ക് ആകാശത്തു കൂടെ പറക്കാനാവുന്ന ബലൂൺ വരെ ഇന്ന് ലഭ്യമാണ്.

# 4

# മൺവെട്ടി

സ്വർണഖനിയായാലും വാഴത്തോട്ടമായാലും എവിടെയുമുണ്ടാകും മൺവെട്ടി. ഈജിപ്തിലെ പിരമിഡുകളും ആധുനിക മണിമന്ദിരങ്ങളും ലളിതമായ വീടുകൾവരെ നിർമിക്കുന്നതിൽ മൺവെട്ടിക്ക് പങ്കുണ്ട്. ചുരുക്കത്തിൽ മൺവെട്ടിയില്ലെങ്കിൽ നിർമാണങ്ങളില്ല.

ലോകത്ത് ആദ്യമായി മരംകൊണ്ടുള്ള മൺവെട്ടിയാണ് നിർമിച്ചത്. പിന്നീട് പിടിമാത്രം മരംകൊണ്ടുള്ളതും ബാക്കിയുള്ളത് ലോഹത്തിന്റേതുമായി മാറി. 18-ാം നൂറ്റാണ്ടുവരെ, മൺവെട്ടിയുടെ കുത്തക ഇംഗ്ലണ്ടിനായിരുന്നു. 1774-ലാണ് മസാച്ചുസെറ്റ്സിലെ ക്യാപ്റ്റൻ ജോൺ ആഡംസ് വൻതോതിൽ ഇരുമ്പിന്റെ മൺവെട്ടി നിർമിച്ചുതുടങ്ങിയത്. ഇംഗ്ലണ്ടിൽ അന്നുണ്ടായിരുന്ന മൺവെട്ടിയെക്കാൾ വിലകുറഞ്ഞവയായിരുന്നു ഇത്. അതോടെ അതിന്റെ ആവശ്യം ഉയർന്നു. ഇന്ന് അമേരിക്കയിലെ ഏറ്റവും വലിയ മൺവെട്ടി നിർമാണക്കമ്പനിയാണ് ജോൺ ആഡംസ്.

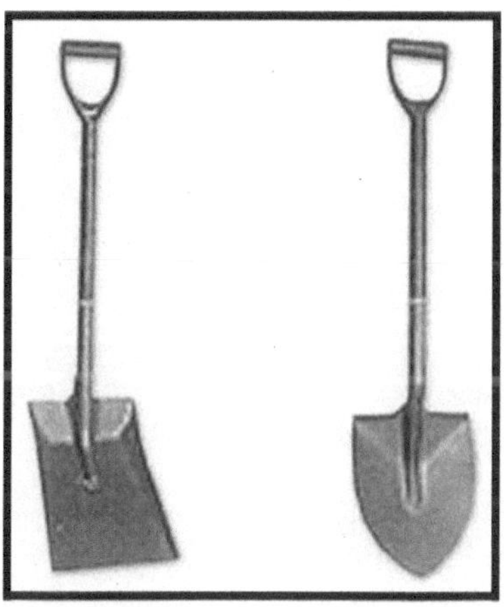

അന്ന്, ഓരോ തൊഴിലാളിക്കും സ്വന്തം മൺവെട്ടി വേണമായിരുന്നു. അഭിമാനത്തിന്റെ അടയാളംപോലെ അവർ മൺവെട്ടി ഭദ്രമായി സൂക്ഷിച്ചു. പക്ഷേ കടുത്ത പണികളിലേർപ്പെടുമ്പോൾ, കാലക്രമേണ മൺവെട്ടികൾ തകരുകയും പുതിയവ വാങ്ങേണ്ടിവരുകയും ചെയ്തു.

കീശ ചോർത്തുന്ന ഏർപ്പാടായിരുന്നിത്. വ്യവസായം വികസിച്ചതോടെ, ചില കമ്പനികൾ തൊഴിലാളികൾക്ക് മൺവെട്ടി നൽകിത്തുടങ്ങി. അതൊരു പ്രചോദനമായിരുന്നു. കുറഞ്ഞ ചെലവിൽ തൊഴിലാളികളെ കിട്ടാൻ ഇത് കാരണമായി. ഇത് അവരുടെ കർമശേഷി വർധിപ്പിക്കുകയും ചെയ്തു.

ഇന്ന്, മൺവെട്ടികളുടെ സ്ഥാനം ബുൾഡോസറുകൾ കൈയടക്കി കഴിഞ്ഞു. വലിയ നിർമാണജോലികളിൽ, മൺവെട്ടികൾക്ക് ധാരാളം സമയം വേണം, അപ്പോൾ, ബുൾഡോസറുകളാണ് ഏറ്റവും സൗകര്യപ്രദം. പക്ഷേ മൺവെട്ടികളുടെ പ്രസക്തി ഇന്നും നഷ്ടപ്പെട്ടിട്ടില്ല എന്നതാണ് സത്യം.

# 5

# കണ്ണാടി

**ക**ണ്ണാടി എപ്പോഴും സത്യം പറയും. മനുഷ്യൻ ആദ്യമായി വെള്ളത്തിൽ തന്റെ പ്രതിബിംബം കണ്ടപ്പോൾ ഭയന്നു. ഏതോ പിശാചുക്കൾ വെള്ളത്തിൽ ഒളിഞ്ഞിരിക്കുകയാണെന്നായിരുന്നു അവന്റെ വിശ്വാസം. പിശാച് കണ്ണാടിയിലാണ് വസിക്കുന്നതെന്ന വിശ്വാസത്തിലേക്കാണ് ഇത് നയിച്ചത്. പുരാതനകാലത്ത് ചെകുത്താൻമാരെ അകറ്റാൻ ചൈനക്കാർ വീട്ടിന്റെ വാതിലിൽ ചെമ്പുപൂശിയ കണ്ണാടി തൂക്കിയിട്ടിരുന്നു. ജപ്പാനിൽ കുറ്റവാളികൾ കണ്ണാടിയുടെ മുന്നിൽ വച്ചായിരുന്നു കുമ്പസരിച്ചിരുന്നത്. കണ്ണാടിക്കുമുന്നിൽ പ്രതികളുടെ പ്രകടനങ്ങൾ വിലയിരുത്തിയാണ് ശിക്ഷ വിധിച്ചിരുന്നത്.

ആർക്കിമിഡിസ്

പ്രശസ്ത ഗണിതശാസ്ത്രജ്ഞൻ യൂക്ലിഡ് ദർപ്പണനിയമം കണ്ടുപിടിച്ചതോടെ ഈ തെറ്റിദ്ധാരണകളെല്ലാം മാറി. ഈ നിയമമനുസരിച്ചാണ് കണ്ണാടികൾ പ്രവർത്തിക്കുന്നതെന്ന് അദ്ദേഹം വാദിച്ചു. പിന്നീട്, ആർക്കിമിഡീസ് അകം വളവുള്ള (concave) കണ്ണാടികൾ കണ്ടുപിടിച്ചു. ആദ്യം യുദ്ധങ്ങളിൽ മാത്രമേ ഇതുപയോഗിച്ചിരുന്നുള്ളൂ. സൈറസ് റോം ആക്രമിച്ചപ്പോൾ, റോമൻ യുദ്ധക്കപ്പലുകൾക്കുനേരെ സൂര്യരശ്മി

ഐസക് ന്യൂട്ടന്റെ റിഫ്ളക്സ് ടെലസ്കോപ്പ്

കൾ തിരിച്ചുവിട്ടു നശിപ്പിക്കാനാകുന്നവിധത്തിൽ ആർക്കിമിഡീസ് ഇവ ആസൂത്രണം ചെയ്തു.

നൂറ്റാണ്ടുകൾ പിന്നിട്ടപ്പോൾ ഈ കോൺകേവ് കണ്ണാടികളുടെ സഹായത്താൽ ഐസക്ന്യൂട്ടൻ പ്രതിബിംബം നൽകുന്ന ലോകത്തെ ആദ്യ ടെലസ്കോപ്പ് കണ്ടുപിടിച്ചു. ആയിരക്കണക്കിന് കിലോമീറ്റർ അകലെയുള്ള ആകാശലോകത്തെ വസ്തുക്കളെക്കുറിച്ച് മനസിലാക്കാൻ ഈ കണ്ണാടികൾ ജ്യോതിശാസ്ത്രജ്ഞന്മാരെ സഹായിക്കുന്നു.

# 6

# കപ്പൽ

**പ്രാ**ചീന കാലത്താണ് കപ്പലിന്റെ ചരിത്രമാരംഭിക്കുന്നത്. നാഗരികതക വളർന്നപ്പോൾ, മനുഷ്യരുടെ യാത്രാവശ്യങ്ങളും വർധിച്ചു.

നദികളുടെ ഒഴുക്കിനെതിരെ അവൻ മുന്നേറിയത് ബി സി 600 കാലത്ത് സഞ്ചാരബോട്ടുകൾ രംഗത്തെത്തിയതോടെയാണ്. പക്ഷേ നദികളിലെ യാത്രകൾക്ക് മാത്രമേ അവ ഉപകരിക്കുമായിരുന്നുള്ളൂ. ശക്തവും വിശ്വസനീയവുമായ യാനപാത്രങ്ങൾക്കേ വൻസമുദ്രങ്ങൾ താണ്ടിക്കട

ആദ്യകാല കപ്പലുകളിലൊന്ന്

ക്കാനാകൂ. സഞ്ചാരത്തിനായി വലിയ കപ്പലുകളുണ്ടാക്കിത്തുടങ്ങിയെങ്കിലും അൽപ്പായുസ്സേ ഉണ്ടായിരുന്നുള്ളൂ. കാരണം സഞ്ചാരികൾക്ക് അവയെ നിയന്ത്രിക്കാൻ സാധിച്ചിരുന്നില്ല. കാറ്റിന്റെ ഗതിയായിരുന്നു ഇതിനെ വലിപ്പിച്ചിരുന്നത്. ശക്തമായ കാറ്റില്ലെങ്കിൽ ദിവസങ്ങളോളം കടലിൽത്തന്നെ ഇവയ്ക്ക് തങ്ങേണ്ടി വരും.

1787-ൽ ജോൺ ഫിച്ച് ആവിയന്ത്രം നിർമിച്ചതോടെ ആധുനിക കപ്പലിലേക്കുള്ള ആദ്യചവിട്ടുപടിയായി. പിന്നീട് 18-ാം നൂറ്റാണ്ടിൽ ഡീസൽ എൻജിനുകൾ വന്നപ്പോൾ ആവിയന്ത്രങ്ങൾ അപ്രത്യക്ഷമായി. കാലക്രമേണ കപ്പലുകളുടെ രൂപവും മാറി. മനുഷ്യന്റെ ആവശ്യങ്ങൾക്കനുസരിച്ച് ആഡംബരക്കപ്പലുകൾ രംഗത്തുവന്നു. സ്വിമ്മിങ് പൂൾ, ആശുപത്രി, കളിമുറ്റം, റഡാർ, റേഡിയോ തുടങ്ങിയ ഒരു പഞ്ചനക്ഷത്ര ഹോട്ടലിന്റെ എല്ലാ സൗകര്യങ്ങളുമുള്ള കപ്പലുകളുണ്ട്.

സാങ്കേതികവിദ്യ വളർന്നതോടെ, അണുശക്തിയിൽ പ്രവർത്തിക്കുന്ന കപ്പലുകൾ നിർമിക്കപ്പെട്ടു. അമേരിക്കയിൽ 1954-ലാണ് അതിന്റെ ഉത്ഭവം. 1959-ൽ, റഷ്യൻ കപ്പലായ ലെനിനും രംഗത്തുവന്നു. ഐസ് കട്ടകൾ നിറഞ്ഞ കടലുകളിലൂടെ ഓടിക്കാവുന്ന കപ്പലുകൾ അമേരിക്ക നിർമിച്ചിട്ടുണ്ട്. യുദ്ധകാലത്ത് ഏറ്റവും ഉപകാരപ്രദമാണ് കപ്പലുകൾ.

# 7

# ഭൂപടം

**പ**തിനേഴാം നൂറ്റാണ്ടിനു മുമ്പ് നിർമിച്ച ഭൂപടങ്ങളെല്ലാം അപൂർണ മായിരുന്നു. ദിശകളല്ലാതെ അകലങ്ങളൊന്നും അതിൽ കാണിച്ചിരുന്നില്ല. സെക്സ്റ്റന്റ് പോലുള്ള ഉപകരണങ്ങൾ കണ്ടുപിടിക്കപ്പെട്ടതോടെ മികച്ച ഭൂപടങ്ങൾ രംഗത്തെത്തി.

ഗ്ലോബായിരുന്നു ലോകത്തെ ആദ്യത്തെതും വലിപ്പമേറിയതുമായ

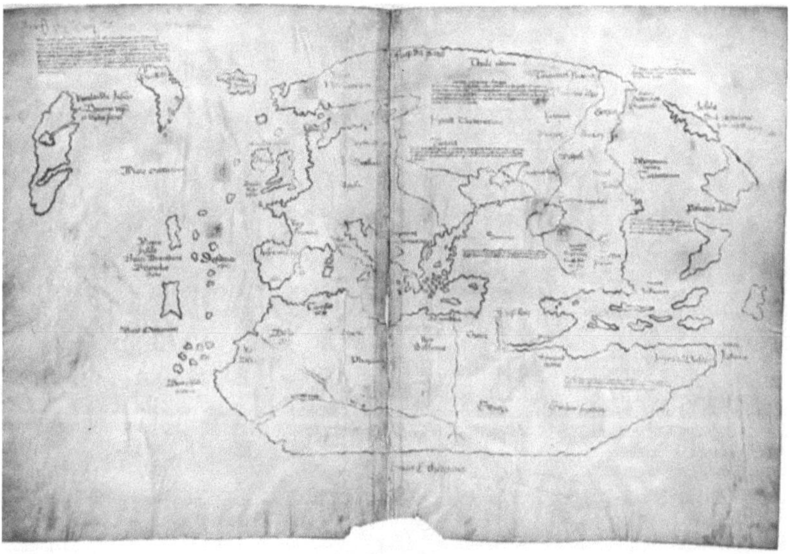

പഴയകാല ഭൂപടം

ഭൂപടം. ഗ്ലോബും കടലാസും വരുന്നതിനുമുമ്പ് തുണിയിലാണ് ഭൂപടങ്ങൾ വരച്ചിരുന്നത്. യാത്രയിൽ ഈ തുണിയുപയോഗിച്ചാണ് അവർ വഴി കണ്ടെത്തിയിരുന്നത്. തുണിയിൽ നിർമിച്ചതുകൊണ്ടാണ് Map എന്ന പേര് അവയ്ക്ക് ലഭിച്ചത്. കാരണം Meppa എന്ന ലാറ്റിൻ പദത്തിനർഥം തൂവാലയെന്നാണ്. മൃഗങ്ങളുടെ തോലിലും പണ്ടുകാലത്ത് പടങ്ങൾ വരച്ചിരുന്നുവത്രെ.

പുതിയ ലോകത്തിലേക്കുള്ള വഴി കണ്ടുപിടിക്കാൻ കൊളമ്പസും മഗല്ലനും വിവിധതരം ഭൂപടങ്ങൾ നിർമിച്ചിരുന്നു. സ്വർണ-വെള്ളി ശേഖരങ്ങളുടെ കലവറയായിരുന്നു ഈ പുതിയ ലോകമെന്നതിനാൽ സ്പെയിനിലെ മ്യൂസിയത്തിൽനിന്ന് ഇവ മോഷ്ടിക്കപ്പെടുകയായിരുന്നു.

ഇന്ന് വിവിധതരത്തിലുള്ള ഭൂപടങ്ങൾ ഓരോ പ്രദേശങ്ങൾക്കുവേണ്ടിയും നിർമിക്കപ്പെടുന്നുണ്ട്. മറഞ്ഞു കിടക്കുന്ന നിധി കണ്ടെത്താൻ വരെ ഭൂപടങ്ങൾ നിർമിക്കാറുണ്ട്. രഹസ്യരേഖകൾ ഉപയോഗിച്ചാണ് ഈ വഴികൾ അടയാളപ്പെടുത്തുക. സൈനികാവശ്യങ്ങൾക്കും ആക്രമണങ്ങൾക്കും വേണ്ടിയുള്ള ഭൂപടങ്ങളുമുണ്ടിന്ന്.

സങ്കീർണമായ ഭൂപടങ്ങളുപയോഗിച്ച് പല സാഹസിക ഫിലിമുകളും നിർമിക്കപ്പെട്ടിട്ടുണ്ട്.

# 8

# നിഘണ്ടു

സ്കൂൾകുട്ടികൾക്കുപോലും പരിചയമുള്ളതാണ് നിഘണ്ടു. അത്ര മാത്രം ജനകീയമാണത്. എങ്ങനെയാണ് നിഘണ്ടുക്കൾ നിലവിൽവന്ന തെന്ന് അറിയാമോ?

ഭാഷയിലെ ഏതാണ്ട് എല്ലാ പദങ്ങളും ഉൾക്കൊള്ളുന്ന കട്ടികൂടിയ പുസ്തകമാണ് നിഘണ്ടു. 56 വർഷംകൊണ്ടാണ് ഫ്രഞ്ച് ഭാഷ യിലെ നിഘണ്ടു പൂർത്തിയായത്. ആദ്യത്തെ ആധികാരിക നിഘ ണ്ടു *The oxford English Dictionary*ക്ക് 71 വർഷം വേണ്ടിവന്നു. 106 വർഷം കൊണ്ടാണ് ജർമൻ നിഘണ്ടു പൂർത്തിയായത്. 1863-ൽ ആരംഭിച്ച ഒരു ഇറ്റാലിയൻ നിഘണ്ടു ഇപ്പോഴും അപൂർ ണമാണ്.

ജെയിംസ് അഗസ്റ്റസ് ഹെൻറിമുറേ

*The Oxford English Dictionary*യുടെകർത്താവ് ഒരു പണ്ഡിതനായിരുന്നില്ല എന്ന താണ് രസകരം. അദ്ദേഹത്തിന് എട്ടാം ക്ലാസ് വിദ്യാഭ്യാസം മാത്ര മേ ഉണ്ടായിരുന്നുള്ളു. സ്കോട്ട് ലാൻഡിലെ ഒരു ഗ്രാമത്തിൽ തുന്നൽക്കാരന്റെ മകനായി

ജനിച്ച ജെയിംസ് അഗസ്റ്റസ് ഹെൻറിമുറേക്ക് വാക്കുകൾകൊണ്ട് കളിക്കാൻ ഇഷ്ടമായിരുന്നു. അതിബുദ്ധിമാനായിരുന്നു അദ്ദേഹം. ഒന്നര വയസ്സുള്ളപ്പോൾത്തന്നെ നിരവധി ഇംഗ്ലീഷ്പദങ്ങൾ അദ്ദേഹം മനസിലാക്കിയിരുന്നു. പഠിക്കാൻ താൽപ്പര്യമുണ്ടായിരുന്നെങ്കിലും ഒഴിവാക്കാനാവാത്ത കുടുംബ സാഹചര്യങ്ങളാൽ എട്ടാം ക്ലാസിനുശേഷം സ്കൂളിൽപോകാൻ സാധിച്ചില്ല. പക്ഷേ ഗ്രാമീണർ മുഴുവൻ അദ്ദേഹത്തിന്റെ ബുദ്ധിസാമർത്ഥ്യം മനസിലാക്കിയിരുന്നു. അതിനാൽ 20-ാംമത്തെ വയസിൽത്തന്നെ ഗ്രാമത്തിലെ സ്കൂളിന്റെ പ്രധാനാധ്യാപകനായി നിയുക്തനായി. ഇംഗ്ലീഷിലും 20- ഓളം ഇതരഭാഷകളിലും അദ്ദേഹത്തിനുണ്ടായിരുന്ന പാണ്ഡിത്യം അദ്ദേഹത്തെ വിശ്രുതനാക്കി.

വൈകാതെ ഇംഗ്ലണ്ടിലെ ഫിലോളജിക്കൽ സൊസൈറ്റി അദ്ദേഹവുമായി ബന്ധപ്പെട്ടു. ഒരു ഇംഗ്ലീഷ്-ഇംഗ്ലീഷ് നിഘണ്ടു തയാറാക്കാനുള്ള ചുമതല ഏൽപ്പിച്ചു. 1857-ൽ ഈ പദ്ധതി ആരംഭിച്ചെങ്കിലും 22 വർഷക്കാലം അത് തൊട്ടുനോക്കിയില്ല. മുറേ കണക്കാക്കിയ പരമാവധി സമയം പത്തു വർഷമായിരുന്നു. പക്ഷേ റഫറൻസ്ഗ്രന്ഥങ്ങൾ പരിശോധിച്ചപ്പോൾ അദ്ദേഹം സ്തംഭിച്ചുപോയി. 2.5 മില്യണിലേറെ റഫറൻസ് കുറിപ്പുകളുണ്ടായിരുന്നുവത്രേ! ഈ കുറിപ്പുകളെല്ലാം ഭദ്രമായി സൂക്ഷിക്കാൻ അദ്ദേഹത്തിന് തന്റെ പൂന്തോട്ടത്തിൽ ഒരു പുരതന്നെ കെട്ടിയുണ്ടാക്കേണ്ടിവന്നു. തന്റെ സമയം മുഴുവൻ നിഘണ്ടു രചനയിലാണദ്ദേഹം ചെലവഴിച്ചത്. അദ്ദേഹത്തിന്റെ 11 മക്കളും ഈ ഉദ്യമത്തിന് സഹായികളായിരുന്നു. ചിലപ്പോൾ ഒരൊറ്റ പദത്തിനു തന്നെ മാസങ്ങൾ വേണ്ടിവന്നു. 'Do' എന്ന പദത്തിന് ആറ് മാസം ചെലവഴിച്ചു.

1915-ൽ, 78-ാം വയസിലാണ് മുറേ മരിച്ചത്. പക്ഷേ നിഘണ്ടു ഇപ്പോഴും അപൂർണമാണ്. T എന്ന അക്ഷരംവരെ മാത്രമേ അത് എഴുതിയുള്ളു. ഈ ഡിക്ഷണറിയിൽ 414825 പദങ്ങളുണ്ടായിരുന്നു. അന്നുവരെ ഇതിനുവേണ്ടി ചെലവഴിച്ചത് 21000 പൗണ്ട്!

1773-ൽ, ഒക്സ്ഫോർഡ് ഡിക്ഷ്ണറിക്ക് മുമ്പ് *സാമുവൽ ജോൺസൺ നിഘണ്ടു* വിപണിയിലെത്തിയിരുന്നു. പല ന്യൂനതകളാലും ഇത് വിജയകരമായിരുന്നില്ല. 1480-ൽ വില്യം കാക്സ്റ്റൺ ആണ് ലോകത്തെ ആദ്യ ദ്വിഭാഷാനിഘണ്ടു രചിച്ചത്. അച്ചടിയന്ത്രം കണ്ടെത്തിയതിന്റെ പ്രശസ്തിയും അദ്ദേഹത്തിനുണ്ട്. സഞ്ചാരികളുടെ സൗകര്യത്തിനു വേണ്ടിയാണ് അദ്ദേഹം ഈ നിഘണ്ടു നിർമിച്ചത്.

# 9

# പാരച്യൂട്ട്

**ലി**യനാർഡോ ഡാവിഞ്ചിയാണ് പാരച്യൂട്ട് ആദ്യമായി രൂപകൽപ്പനചെയ്തത്. അടിഭാഗം ചതുരാകൃതിയിലുള്ള ഒരു പിരമിഡിന്റെ രൂപത്തിലാണ് അദ്ദേഹം ഇത് സംവിധാനം ചെയ്തത്. എങ്കിലും ജെ പി ബ്ലൻകാർഡെന്ന ഫ്രഞ്ചുകാരനായിരുന്നു ആദ്യമായി പാരച്യൂട്ട് ഉപയോഗിച്ച മനുഷ്യൻ. 1785-ൽ, തന്റെ നായക്കുഞ്ഞിനെ ഒരു ബാസ്കറ്റിൽ ഇട്ട ശേഷം അത് ഒരു പാരച്യൂട്ടിൽ ബന്ധിപ്പിച്ചു.

വിജയകരമായ രീതിയിൽ പാരച്യൂട്ട് തയാറാക്കിയശേഷം ബ്ലൻകാർഡ് ബലൂണിൽനിന്ന് പാരച്യൂട്ടിലേക്ക് ഇറങ്ങി. എന്നാൽ ഭൂമിയിൽ എത്താറാകുമ്പോഴേക്കും പാരച്യൂട്ട് മറിയുകയും അദ്ദേഹത്തിന്റെ കാല് പൊട്ടുകയും ചെയ്തു.

600 മീറ്ററോളം ഉയരത്തിൽനിന്നും ബലൂണുപയോഗിച്ച് പാര

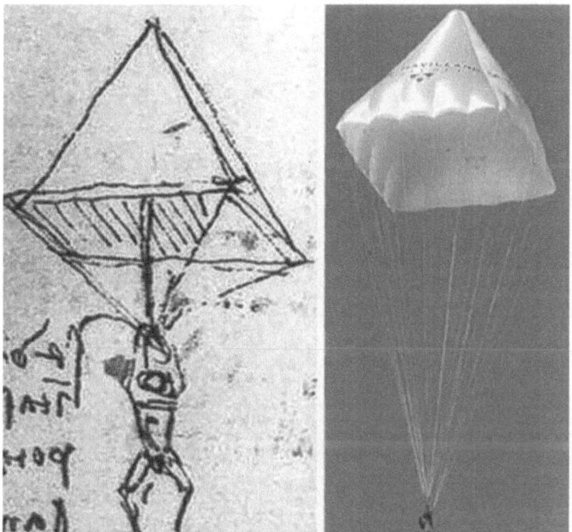

ഡാവിഞ്ചിയുടെ പാരച്യൂട്ട് ചിത്രവും
അതിന്റെ നിർമിതിയും

ച്യൂട്ടിൽ നിന്ന് ചാടിയതും മറ്റൊരു ഫ്രഞ്ചുകാരനായിരുന്നു. ജെ ഗാർനറിൻ. 1789-ൽ പാരീസിലായിരുന്ന സംഭവം.

അദ്ദേഹത്തിന്റെ മകൾ എലിസ വളർന്നുവലുതായപ്പോൾ പാരച്യൂട്ട് ചാട്ടമാണ് അവർ തെരഞ്ഞെടുത്ത ജോലി. യൂറോപ്പിലും അമേരിക്കയിലും സഞ്ചരിച്ച അവർ തമാശയ്ക്കു വേണ്ടിയാണത്രേ പാരച്യൂട്ട് ചാട്ടം നടത്തിയത്!

# 10

# പേന

എൽ ഇ വാട്ടർമാൻ

**ഒ**രു നൂറു കൊല്ലങ്ങൾക്കുമുമ്പ് നാമിന്നു കാണുന്ന രീതിയിലുള്ള പേന ജനിച്ചിരുന്നില്ല. നേരിയ ഇളം പൊള്ളയായ മുളക്കമ്പുകളോ പക്ഷിത്തൂവലോ മൂർച്ചകൂട്ടും. അവയിൽ സസ്യനീരു നിറച്ച് പേനയായി ഉപയോഗിക്കുകയായിരുന്നു പണ്ട്. 1809ൽ, ജോസഫ് ബ്രഹാമാണ് ഒരു തണ്ടുണ്ടാക്കി അതിന് തൂവൽകൊണ്ട് മുനയുള്ള പേന രൂപപ്പെടുത്തിയത്.

പിന്നീട്, കൊമ്പുകളും ആമത്തോടുകളുമുപയോഗിച്ച് ഈ മുനയിൽ അദ്ദേഹം നിരവധി പരിഷ്കരണങ്ങൾ നടത്തി. 1822-ൽ, ഈ കണ്ടുപിടിത്തങ്ങൾക്ക് അദ്ദേഹത്തിന് പാറ്റൻറും ലഭിച്ചു. തണ്ടുകളിൽ ഘടിപ്പിക്കുന്ന ഈ മുനകളിൽ ഓരോ തവണയും എഴുതുന്നതിനുമുമ്പ് മഷിനിറക്കണം. 1809-ൽ ഫൗണ്ടൻപേനകൾക്ക് ലണ്ടനിൽ വെച്ച് പാറ്റന്റും ലഭിച്ചിരുന്നുവെങ്കിലും, മഷി നന്നായി ചോർന്നുപോകുന്നതു മൂലം വേണ്ടത്ര സ്വീകാര്യത കിട്ടിയിരുന്നില്ല.

അരനൂറ്റാണ്ടിലേറെകാലം കഴിഞ്ഞ് 1884-ലാണ്, എൽ ഇ വാട്ടർമാൻ മഷിനിറയ്ക്കാൻ ചെറിയ പാത്രമുള്ള ഫൗണ്ടൻ പേനകൾ നിർമിച്ചത്.

ഈ പാത്രത്തിൽനിന്ന് മഷി ചോർച്ചയില്ലാതെ മെല്ലെ മുനയിലെത്തും. വൻ വിജയമായിരുന്നു ഈ പേന.

1828-ൽ, വ്യവസായ വിപ്ലവാനന്തരം, സ്റ്റീൽപേനകൾ നിലവിൽവന്നു. യന്ത്രം ഉപയോഗിച്ച് പേനനിർമിച്ച ആദ്യ വ്യക്തി ബർമിങ്ഹാമിലെ ജോൺ മിച്ചലാണ്. ഈ പേനകൾക്ക് സ്റ്റീൽ മുനകൾ ഉണ്ടാവുന്നത് പിന്നെയും നൂറ് വർഷങ്ങൾക്ക് ശേഷമാണ്. 1926-ൽ, സ്റ്റീൽപേനകൾ വിപണികൈയടക്കിത്തുടങ്ങി. 1930 മുതൽ ഊരിമാറ്റാവുന്ന മുനയുള്ള പേനകളും രംഗത്തെത്തി.

# 11

# ഇഷ്ടിക

**പ്രാ**ചീന നാഗരികതയുടെയും ആധുനിക നാഗരികതയുടെയും പ്രതീകമാണ് ഇഷ്ടിക. നിരവധി നാഗരികതകൾ പിൽക്കാലത്ത് പല യിടങ്ങളിലും കണ്ടെടുക്കപ്പെട്ടിട്ടുണ്ട്. ഇവിടങ്ങളിൽ ഇഷ്ടികയുടെ അവ ശിഷ്ടങ്ങൾ കണ്ടാൽ, ആ വളരെ നാഗരികത വികസിതമായാണ് കരു തപ്പെടുന്നത്.

ആയിരക്കണക്കിനു കൊല്ലങ്ങൾക്കു മുമ്പേ ഇഷ്ടിക നിർമാണവിദ്യ കണ്ടെത്തിയിരുന്നു. ചൈനയിലെ വന്മമതിൽ ഇതിനുദാഹരണമാണ്. നാല് ബില്യൺ ശക്തിയേറിയ ഇഷ്ടികകൊണ്ടാണ് അതിന്റെ നിർമാ ണം. അക്കാലത്ത് കളിമൺ ഇഷ്ടികകൾ വെയിലത്ത് ഉണക്കും. ശേഷം അവ ചുട്ടെടുക്കുന്നു. ഇന്ത്യയിലെ കലിബൻഗൻ ഗ്രാമത്തിലാണ് ഏറ്റവും പഴക്കമുള്ള ഇഷ്ടിക നിർമിച്ചത്. അമേരിക്കയിലെ 'ഏഷ്യന്റ്' ബ്രിക് മ്യൂസി

സിന്ധു നദീതട സംസ്കാരത്തിലെ ഇഷ്ടികനിർമിതികൾ

യ'ത്തിൽ ഈ ഇഷ്ടിക സൂക്ഷിച്ചിട്ടുണ്ട്.

കെട്ടിടത്തിന്റെ അടിസ്ഥാനയൂണിറ്റാണ് ഇഷ്ടികകൾ. പണ്ടുകാലത്ത്, ഗതാഗതമാർഗങ്ങൾ വികസിച്ചിട്ടില്ലാത്തതിനാൽ കെട്ടിടം നിർമിക്കേണ്ട സ്ഥലത്തുവച്ച് തന്നെയാണ് ഇഷ്ടികകൾ നിർമിച്ചത്. അമേരിക്കയിൽ ടൗൺഷിപ്പുകൾ നിർമിക്കാൻ ഇംഗ്ലണ്ട് തീരുമാനിച്ചപ്പോൾ ഇഷ്ടികയുണ്ടാക്കാനായി അവർ മൂന്ന് കപ്പൽ നിറയെ വിദഗ്ധരായ കൽത്തൊഴിലാളികളെ കൊണ്ടുപോയിരുന്നു.

ഇഷ്ടികനിർമാണപ്രക്രിയ ഇന്നും അതേപടിയിൽത്തന്നെയാണ്. കളിമണ്ണ് അരിച്ചെടുക്കുന്നു, അത് വെള്ളവുമായി കലർത്തി കട്ടികൂടിയ കുഴമ്പാക്കി മാറ്റുന്നു. പിന്നീട് ഇഷ്ടികയുടെ രൂപത്തിലാക്കി ഉണക്കിയെടുക്കുന്നു. മുമ്പ് ഇവയെല്ലാം കൈകൊണ്ടായിരുന്നു ചെയ്തിരുന്നത്. എന്നാൽ ഇന്ന് എല്ലാം യന്ത്രവൽക്കൃതമായി. ചൂളയുടെ ഊഷ്മാവനുസരിച്ച് ഇഷ്ടികയുടെ നിറം മാറിക്കൊണ്ടിരിക്കും. ഇരുമ്പിന്റെ അംശമടങ്ങിയ ഇഷ്ടികയിൽ ചുവപ്പുനിറമായിരിക്കും കാണുക.

പഴയതും പുതിയതുമായ ഇഷ്ടികകൾ ശേഖരിക്കൽ അസാധാരണമായൊരു ഹോബിയാണ്. എന്നാൽ വിദേശനാടുകളിൽ തികച്ചും ജനകീയമാണിത്. കാലപ്പഴക്കമേറിയ, വ്യത്യസ്ത രൂപത്തിലുള്ള അപൂർവ ഇഷ്ടികകൾ ആയിരക്കണക്കിന് ഡോളറുകൾക്കാണ് വിൽക്കപ്പെടുന്നത്.

പതിനായിരക്കണക്കിന് വർഷങ്ങളോളം മാറ്റങ്ങൾക്ക് വിധേയമാകാതെ നിൽക്കാനുള്ള ശക്തിയുണ്ട് ഇഷ്ടികകൾക്ക്. അവയുടെ രൂപത്തിലോ, കാഴ്ചയിലോ യാതൊരു മാറ്റവുമുണ്ടാകില്ല. പാറയേക്കാൾ ഉറപ്പുള്ളവയാണ് ഇഷ്ടികകൾ.

# 12

## താക്കോലും പൂട്ടും

**പൂ**ട്ടുകൾക്ക് 4000 വർഷത്തെ പഴക്കമുണ്ട്. ലോകത്തെ ഏറ്റവും പഴക്കമേറിയ പൂട്ട് ഇറാഖിലെ ഖറാനുബാദ് കോട്ടയുടെതാണ്. ബി സി 2000-ലാണ് ഇത് നിർമിക്കപ്പെട്ടത്. ഏതാണ്ട് ഇക്കാലത്തുതന്നെ ഈജിപ്തും പൂട്ട് സമ്പ്രദായം കണ്ടെത്തിയിരുന്നു.

പണ്ട് മരംകൊണ്ട് നിർമിക്കുന്ന കൂറ്റൻ പൂട്ടുകളായിരുന്നു ഉണ്ടായിരുന്നത്. പല്ലുതേക്കുന്ന ബ്രഷിന്റെ രൂപത്തിലായിരുന്നു അവയുടെ താക്കോലുകൾ. ജപ്പാൻ, ഇന്ത്യ, സ്കോട്ലാൻഡ്, നോർവേ, ഈജിപ്ത് തുടങ്ങിയ രാജ്യങ്ങളിൽ ഇവ കണ്ടെത്തിയിട്ടുണ്ട്. മരംകൊണ്ടുള്ള പൂട്ട് ആദ്യമായി റോമിലാണ് നിർമിക്കപ്പെട്ടത്. പുറത്തുനിന്ന് താക്കോൽദ്വാരം കാണുന്നവിധത്തിൽ വാതിലിന്റെ അകത്തായിരുന്നു അത് ഘടിപ്പിച്ചിരുന്നത്. ഹെർക്കുലേനിയം, പൊംപെ നഗരങ്ങളുടെ അവശിഷ്ടങ്ങളിൽനിന്ന് ഇവ ലഭിച്ചിട്ടുണ്ട്. ചില താക്കോലുകൾ വിരലിൽ മോതിരമായി ധരിക്കാവുന്നവിധം തീരെ ചെറുതായിരുന്നു.

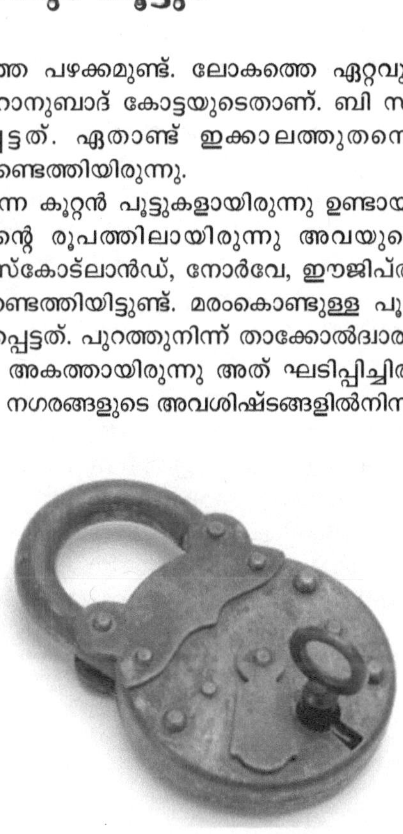

പിന്നീട് മനുഷ്യൻ പല തരം പൂട്ടുകൾ കണ്ടുപിടിച്ചു. പക്ഷേ അവയിൽ പലതും വിശ്വസിക്കാൻ കൊള്ളാവുന്നതായിരുന്നില്ല. കാരണം പലതിന്റെയും വ്യാജമാതൃകകൾ ധാരാളമായി ഉണ്ടായി. പിന്നീട് പൂട്ടുകളുടെ പരിഷ്കരണ

പൂട്ട് മാന്ത്രികൻ
ലൈനസ് യാലെ ജൂനിയർ

ത്തിന്റെ കാലമായിരുന്നു. 19-ാം നൂറ്റാണ്ടിന്റെ അവസാനത്തിൽ ഉപയോഗിക്കാൻ എളുപ്പമാകുന്ന വിധം ചെറിയ പൂട്ടുകൾ വന്നു തുടങ്ങി.

പക്ഷേ 1850-ൽ അമേരിക്കയിൽ അത്ഭുതകരമായൊരു സംഭവം നടന്നു. അമേരിക്കയിൽ അന്ന് പേരുനേടിയ പരാടോപ്പിക് പൂട്ടുകൾ ഒരു സാധാരണ യുവാവ് എളുപ്പത്തിൽ തുറക്കുന്നു. അദ്ദേഹം പൂട്ട് പൊട്ടിക്കുകയോ ഒന്നും ചെയ്യുന്നുമില്ല. പൂട്ടുകൾക്ക് അനുസൃതമായി നിർമിച്ച ഒരു താക്കോൽ കൊണ്ടാണ് അദ്ദേഹം ഇതൊക്കെ ചെയ്തത്. പക്ഷേ ചില സമയങ്ങളിൽ ഈ പ്രധാന താക്കോൽകൊണ്ട് പൂട്ട് നന്നായി അമർത്തിയാൽ പൂട്ട് തുറക്കാൻ കഴിയില്ല. കമ്പനിക്ക് വലിയൊരു തിരിച്ചടിയായിരുന്നു ഇത്.

ലൈനസ് യാലെ ജൂനിയറെ എന്ന ഈ വ്യക്തി ഒരു തട്ടിപ്പുകാരനായിരുന്നില്ല. ഒരു പെയിന്ററായ അദ്ദേഹം പൂട്ടിനെയും താക്കോലിനെയും കുറിച്ച് വിവരങ്ങൾ പിതാവിൽ നിന്ന് സ്വായത്തമാക്കിയിരുന്നു. ഈ നേട്ടം അദ്ദേഹത്തിന് 'പൂട്ട് മാന്ത്രിക'നെന്ന പേര് നേടിക്കൊടുത്തു. 1861-ൽ, സിലിണ്ടർ പൂട്ട് എന്ന പ്രത്യേകതരം പൂട്ട് നിർമിച്ചു. ഏതെങ്കിലുമൊരു താക്കോൽ ഉപയോഗിച്ച് മറ്റൊരു പൂട്ട് തുറക്കാനാവില്ല എന്നതായിരുന്നു ഇതിന്റെ പ്രത്യേകത. ഇതിന്റെ പരിഷ്കരിച്ച പതിപ്പുകളാണ് ഇന്നത്തെ പൂട്ടുകൾ.

നമ്പർലോക്കുകൾ കണ്ടെത്തിയതും യാലെ ആയിരുന്നു. വൻ വിജയമായിരുന്നു ഇവ. മറ്റുള്ളവർ അക്കം അറിഞ്ഞാൽ എളുപ്പം തുറക്കാമെന്ന ഒരു പ്രശ്നം ഇതിനുണ്ടായിരുന്നു. ഇതുപരിഹരിക്കാൻ സമയപ്പൂട്ട് സംവിധാനവും യാലെ കണ്ടുപിടിച്ചു.

അത്ഭുതങ്ങൾ നിറഞ്ഞ പൂട്ടുകളുണ്ട് ഇന്ന്. ഉടമയുടെ ശബ്ദം കേൾക്കുമ്പോൾ സ്വയംതുറക്കുന്ന പൂട്ടുകൾവരെ ഇന്ന് ലഭ്യമാണ്. നമ്മുടെ ജിവിതത്തെയും ഖജനാവുകളെയും നിയന്ത്രിക്കുന്നതിൽ പൂട്ടുകളും താക്കോലുകളും നിർണായക പങ്കാണ് വഹിക്കുന്നത്.

# 13

# തയ്യൽയന്ത്രം

**ആ**യിരത്തി എണ്ണൂറ്റി നാൽപ്പത്തി ഒന്നിൽ, ഫ്രഞ്ച് സൈന്യത്തിന്റെ യൂണിഫോം തയ്ക്കുകയെന്ന വലിയ ദൗത്യം പൂർത്തിയാക്കാൻ ബർത്ത ലോമിയോ തിമോണിയറുടെ 80 തയ്യൽയന്ത്രങ്ങൾ രാവുംപകലും പ്രവർത്തിച്ചുകൊണ്ടിരുന്നു. കൈകൊണ്ട് മിനുട്ടിൽ 30 തുന്നുകളേ സാധിക്കൂ. എന്നാൽ ഈ യന്ത്രങ്ങളുപയോഗിച്ചാൽ 200 വരെയുണ്ടാക്കാം. വാർത്ത നാടൊട്ടാകെ വ്യാപിച്ചു.

മറ്റു തയ്യൽക്കാരെല്ലാം ഉൽക്കണ്ഠാകുലരായി. തങ്ങളുടെ വ്യാപാരത്തിന് അന്ത്യം കുറിക്കുന്നതാണിതെന്നാണ് അവർ മനസിലാക്കിയത്. അന്ന് ആർക്കും തയ്യൽയന്ത്രമുണ്ടായിരുന്നില്ല. അസൂയാലുക്കളായ തയ്യൽക്കാർ തിമോണിയറുടെ തയ്യൽക്കട ആക്രമിച്ച് യന്ത്രങ്ങളെല്ലാം നശിപ്പിച്ചു. പ്രയാസപ്പെട്ട് തിമോണിയർ ഒരു യന്ത്രം നാട്ടിലേക്ക് കടത്തിക്കൊണ്ടുപോയി. വഴിയിൽ വച്ച് ഈ യന്ത്രം പ്രദർശിപ്പിച്ച് കുറച്ച് പണം നേടി. പക്ഷേ ഉപജീവനത്തിന് അത് തികയുമായിരുന്നില്ല. അടുത്ത കുറച്ച് വർഷങ്ങൾ തിമോണിയർക്ക് ദുരിതമായിരുന്നു. മരംകൊണ്ട് തയ്യൽ യന്ത്രം നിർമിച്ച് രണ്ടു ഡോളറിന് വിൽപ്പന നടത്തി അദ്ദേഹം.

1845-ൽ, മാഗ്നിൻ എന്ന വ്യാപാരി തിമോണിയറെ സമീപിച്ചു. അദ്ദേഹത്തിന്റെ യന്ത്രങ്ങൾ മുഴുവൻ വൻതോതിൽ വിൽപ്പന നടത്താമെന്ന് മാഗ്നിൻ നിർദേശിച്ചു. തിമോണിയർക്ക് നല്ല കാലം വന്നു. വിപണിയിൽ അദ്ദേഹത്തിന്റെ യന്ത്രങ്ങൾ നിറഞ്ഞുവന്നു. ഇതിൽ അരിശം പൂണ്ട മറ്റു തയ്യൽക്കാർ അദ്ദേഹത്തിന്റെ പണിപ്പുര അഗ്നിക്കിരയാക്കി. അതോടെ തിമോണിയർ വഴിയാധാരമായി.

അതിനിടയിൽ, എലിയാസ് വോച്ച് എന്നൊരാൾ ഒരു തയ്യൽ യന്ത്രം നിർമിക്കാൻ ശ്രമിച്ചു. 1846-ൽ അദ്ദേഹം പണി പൂർത്തിയാക്കി. ദൗർഭാ

ഗ്യകരമെന്നുപറയട്ടെ, ഗുണമേന്മക്കുറവ് മൂലം ഒരെണ്ണം പോലും വിൽക്കാൻ സാധിച്ചില്ല.

1850-ൽ, മെറിറ്റ് സിംഗറാണ് ലോകത്താദ്യമായി പ്രായോഗികമായ തയ്യൽയന്ത്രം നിർമിച്ചത്. അപ്പോഴും പലരും വിവിധതരം തയ്യൽയന്ത്രം കണ്ടുപിടിക്കാനുള്ള ശ്രമത്തിലായിരുന്നു. ആപേക്ഷികമായി മികച്ചതായിരുന്നു സിംഗറിന്റെ യന്ത്രം, അതിനാൽ എലിയാസ് ഹോവ് അടക്കമുള്ള മറ്റു നിർമാതാക്കളെല്ലാം സിംഗറിനെ കോടതി കയറ്റി. തങ്ങളുടെ പേറ്റന്റ് മോഷ്ടിച്ചതിന് നഷ്ടപരിഹാരമാവശ്യപ്പെട്ടു കൊണ്ടായിരുന്നു അത്. തയ്യൽ യന്ത്രയുദ്ധമെന്നാണ് ചരിത്രത്തിൽ ഈ സംഭവം കുറിക്കപ്പെടുന്നത്. ഒടുവിൽ, എല്ലാവരും കീഴടങ്ങുകയും ഐക്യത്തിലെത്തുകയും ലാഭം പരസ്പരം പങ്കിടാൻ തീരുമാനിക്കുകയും ചെയ്തു.

മെറിറ്റ് സിംഗർ

1856-ൽ, സിംഗർ 125 ഡോളറിന് തന്റെ യന്ത്ര വിൽപ്പനയാരംഭിച്ചു. താരതമ്യേന ഉയർന്ന വിലയായിരുന്നു അത്. ഇക്കാരണത്താൽ വിൽപ്പനയും കുറവായിരുന്നു. ഇതു പരിഹരിക്കാനായി സിംഗറിന്റെ അഭിഭാഷകനായ എഡ്വാർഡ് ക്ലർക്ക് ഒരാശയം കണ്ടെത്തി. യന്ത്രങ്ങൾ തവണ വ്യവസ്ഥയിൽ കൊടുക്കുക. ഈ ആശയം വിജയിക്കുകയും ചെയ്തു.

വൈകാതെ സിംഗറിന്റെ യന്ത്രം ലോകത്ത് പ്രചരിച്ചു. ഇന്നും സിംഗറിന്റെ യന്ത്രങ്ങളാണ് വിപണിയിലെ മുമ്പന്മാർ.

# 14

# ടൈപ്പ് റൈറ്റർ

**ആ**യിരത്തി എണ്ണൂറ്റി എട്ടിലാണ് ടൈപ് റൈറ്റർ കണ്ടുപിടിക്കുന്നത്. ഇറ്റലിയിലെ പെലഗ്രിൻടറി ലോകത്തെ ആദ്യത്തെ ടൈപ്പ്റൈറ്റർ സുഹൃത്ത് കൗണ്ടസ് കൗരോലിന ഫാന്റോനിക്ക് സമ്മാനിച്ചു. കൗണ്ടസ് ഇതിൽ അക്ഷരങ്ങൾ ടൈപ്പു ചെയ്ത് സുഹൃത്തുക്കൾക്ക് അയച്ചു കൊടുക്കും. ഇന്നും ഇത്തരം 16 ടൈപ്പ്റൈറ്ററുകൾ ഇറ്റലിയിലെ മ്യൂസിയത്തിൽ സൂക്ഷിച്ചിട്ടുണ്ട്. 23 ഇറ്റാലിയൻ അക്ഷരങ്ങളും നാല് ചിഹ്നങ്ങളുമാണ് ഇതിൽ ഉണ്ടായിരുന്നത്.

ഇതിനുശേഷം നിരവധിപേർ ടൈപ്പ്റൈറ്റർ നിർമിക്കാൻ ശ്രമിച്ചുവെങ്കിലും എന്തെങ്കിലും സാങ്കേതികപ്രശ്നം അതിനുണ്ടായിരിക്കും. ഒടുവിൽ 1873-ന് ക്രിസ്റ്റഫർ ലതാംഷോൾസ് അപൂർവമായൊരു ടൈപ്പ്റൈറ്റർ കണ്ടുപിടിച്ചു. ഷോൾസിന്റെ ടൈപ്പ്റൈറ്ററിന്റെ പരിഷ്കരിച്ച രൂപമാണ് ഇന്നത്തെ കീബോർഡുകൾ.

ഈ ടൈപ്പ്റൈറ്റർ വ്യാവസായികമാക്കിത്തീർത്തത് ജെയിംസ് ഡെൻഡ്മോർ ആണ്. ന്യൂയോർക്കിലെ ഹാനോവർ സ്ട്രീറ്റിൽ ആദ്യത്തെ ഷോപ്പ് ആരംഭിച്ചു. 125 ഡോളറായിരുന്നു ഒരു ടൈപ്പ്റൈറ്ററിന്റെ വില. ഇതിന് രണ്ടു ന്യൂനതകളുണ്ടായിരുന്നു. എല്ലാം വലിയ അക്ഷരങ്ങൾ മാത്രം. ടൈപ്പ് ചെയ്യുന്നയാൾക്ക് ആ സമയത്ത് വായിക്കാൻ കഴിയില്ല. ഇവ പെട്ടെന്ന് പഴയതുപോലെയാകും. പിൽക്കാലത്ത് ടൈപ്പ്റൈറ്റർ നിർമാണലോകത്തെ അതികായന്മാരായ റമിങ്ടൺ കമ്പനിയുമായി ഡെൻസ്മോർ കരാറൊപ്പിട്ടു. ലോകത്തെ നിരവധി പ്രമുഖ വ്യക്തികൾക്ക് റെമിങ്ടൺ തങ്ങളുടെ ടൈപ്പ്റൈറ്റർ വിറ്റിരുന്നു. മാർക്ട്വൈനും ഇതിൽ ഉൾപ്പെടും. അദ്ദേഹത്തിന്റെ *Life on the missisipi* യാണ് ആദ്യമായി ടൈപ്പ്ചെയ്യപ്പെട്ട പുസ്തകം.

ആദ്യകാല ടൈപ്പ് റൈറ്റർ

സാങ്കേതിക വിദ്യ പുരോഗതി പ്രാപിച്ചപ്പോൾ പലതരം ടൈപ്പ് റൈറ്ററുകളും ലഭ്യമായിത്തുടങ്ങി. ഇലക്ട്രോണിക് ടൈപ്പ് റൈറ്റർ തൊട്ട് മെമ്മറിയുള്ള ടൈപ്പ് റൈറ്റർ വരെ. കമ്പ്യൂട്ടർ കീബോർഡ് ടൈപ്പ് റൈറ്റിന്റെ വികാസത്തിന് ഒരു തടസമായിട്ടുണ്ട്.

# 15

# ബാറ്ററി

**ആ**യിരത്തി എഴുന്നൂറ്റി എൺപത്തി ആറിൽ, കീറിമുറിച്ച തവളകളിൽ ചില പരീക്ഷണങ്ങൾ നടത്തുകയായിരുന്നു ഇറ്റാലിയൻ ശാസ്ത്രജ്ഞൻ ലൂജി ഗൽവാനി. ഒരു തവളയുടെ കാൽ കൊടിൽകൊണ്ടോ കത്രികകൊണ്ടോ സ്പർശിച്ചപ്പോൾ പിറകിലേക്ക് തെറിക്കുന്നത് പെട്ടെന്ന് അദ്ദേഹം ശ്രദ്ധിച്ചു. അദ്ദേഹം ഇതു പലവട്ടം പരീക്ഷിച്ചു. ഫലം ഒന്നുതന്നെ. തവളയുടെ കാലിൽ ലോഹം സ്പർശിക്കുമ്പോൾ കറന്റ് ഉൽപ്പാദിപ്പിക്കപ്പെടുന്നുവെന്നായിരുന്നു അദ്ദേഹത്തിന്റെ നിഗമനം.

ഗിൽവാനിയുടെ സ്നേഹിതനും പ്രശസ്ത ഭൗതികശാസ്ത്രജ്ഞനുമായ അലസാന്ദ്രോ വോൾട്ട ഇതുകേട്ടപ്പോൾ വ്യത്യസ്ത ലോഹങ്ങളിൽ അദ്ദേഹം ഇതേ പരീക്ഷണം നടത്തി. ചില ലോഹങ്ങൾക്ക് വൈദ്യുത ക്ഷമതയുണ്ടെന്നായിരുന്നു അദ്ദേഹത്തിന്റെ പരീക്ഷണത്തിൽ ലഭിച്ച ഫലം. ഇതു തെളിയിക്കാനായി കോപ്പറിന്റെയും സിങ്കിന്റെയും നിരവധി പ്ലേറ്റുകൾ അദ്ദേഹം പരസ്പരം അടുക്കുകളായി വെച്ചു. ഓരോ പ്ലേറ്റിനിടയിലും ഉപ്പുവെള്ളത്തിൽ മുക്കിയ തുണിക്കഷ്ണമോ കാർഡ് ബോർഡ് കഷ്ണമോ വെച്ചിരുന്നു. ഇതായിരുന്നു വൈദ്യുതി ഉൽപ്പാദിപ്പിച്ചത്. ഫ്രാൻസിലെ നാഷണൽ സയന്റിഫിക് ഓർഗനൈസേഷനുമുന്നിൽ ഈ പരീക്ഷണം അദ്ദേഹം നടത്തിയപ്പോൾ നെപ്പോളിയൻ ബോണപ്പാർട്ട് ദൃക്സാക്ഷിയായിരുന്നു. ഇതായിരുന്നു ലോകത്തെ ആദ്യ ബാറ്ററി.

ബാറ്ററി നിർമാണത്തിന്റെ അടിസ്ഥാനതത്വം ഇന്നും ഇതുതന്നെയാണ്. സെൽ ആണ് ബാറ്ററിയുടെ യൂണിറ്റ്. ടോർച്ചുകൾ, ട്രാൻസിസ്റ്ററുകൾ മുതലായവയിൽ ഉപയോഗിക്കുന്ന വരണ്ട സെല്ലുകൾ യഥാർഥത്തിൽ വരണ്ടതല്ല. കട്ടിയേറിയ ദ്രാവകം അതിൽ നിറച്ചിട്ടുണ്ട്.

ഇന്ന് വ്യത്യസ്ത രൂപത്തിലും വലിപ്പത്തിലുമാണ് ബാറ്ററികൾ പുറ

അലസാന്ദ്രോ വോൾട്ട തന്റെ ആദ്യ ബാറ്ററിയുമായി

ത്തുവരുന്നത്. വാച്ചുകളിലും കാൽക്കുലേറ്ററുകളിലും ഉപയോഗിക്കുന്ന ബട്ടൺസെല്ലുകളാണ് ഏറ്റവും ചെറിയവ. വളരെ കുറഞ്ഞ ഭാരമേ ഇവയ്ക്കുണ്ടാവുകയുള്ളു.

അതേസമയം, ലോകത്തെ ഏറ്റവും വലിയ ബാറ്ററികളുപയോഗിക്കുന്നത് സബ്മറൈനുകളിലാണ്. ഒരു ടണ്ണിലേറെ ഭാരമുള്ള ഇവയുടെ വലിപ്പം ഒരു മേശയിലേറെ വരും.

വൈദ്യുതി ഉൽപ്പാദിപ്പിക്കുന്ന ചില മത്സ്യങ്ങളുണ്ട്. വൈദ്യുത റേ, ടോർപിഡോ, ഈൽ എന്നിവ ഉദാഹരണങ്ങളാണ്. സ്വയം ഊർജം നേടുന്ന പ്രകൃതിപരമായ ബാറ്ററിയാണവയിലുള്ളത്.

# 16

# ബോൾ ബെയറിങ്

**ലോ**കത്തെ ആദ്യ ബോൾബെയറിങ് നിർമിക്കപ്പെട്ടത് 1545-ൽ ഫ്രാൻസിലായിരുന്നു. പ്രശസ്ത ശിൽപ്പി ഫ്ലോറന്റയിൻ ചക്രവർത്തിക്കായി ഒരു കൂറ്റൻ ശിൽപ്പം നിർമിച്ചുവത്രെ. ഭാരമേറിയ ഈ ശിൽപ്പം നീക്കാൻ പ്രയാസമേറെയായിരുന്നു. ഫ്ലോറന്റയിന് പുതിയൊരാശയം തോന്നി. ശിൽപ്പത്തിന്റെ അടിഭാഗത്ത് ചെറിയ ബോളുകൾ ഘടിപ്പിച്ചാൽ എളുപ്പത്തിൽ നീക്കാൻ കഴിയും. സ്വർണപ്പണിക്കാരനായ ബെൻവെന്താട്ടോ സെല്ലിനിയോട് ചെറിയ ബോളുകൾ നിർമിക്കാൻ ആവശ്യപ്പെട്ടു. ഇങ്ങനെയാണ് ലോകത്തെ ആദ്യ ബോൾ ബെയറിങ് നിലവിൽ വന്നത്.

ബോൾബെയറിങ്ങിന്റെ ക്രെഡിറ്റ് ശരിക്കും ലിയനാർഡോ ഡാവിഞ്ചിക്കാണ് നൽകേണ്ടത്. സ്വന്തം നോട്ടുബുക്കിൽ ബോൾ ബെയറിങ്ങുകളുടെ രേഖാചിത്രം അദ്ദേഹം വരച്ചുവെച്ചിരുന്നുവത്രെ.

വ്യാവസായിക വിപ്ലവത്തിനുമുമ്പ് ബോൾബെയറിങ്ങുകളുടെ ആവശ്യം അത്രമാത്രം കൂടിയിരുന്നില്ല. 1679-ൽ, ഫിലിപ്പ് വാഗൻ ആണ് ചക്രങ്ങൾക്ക് വേണ്ടിയുള്ള ഇരുമ്പ് ബോൾബെയറിങ് നിർമിച്ചത്.

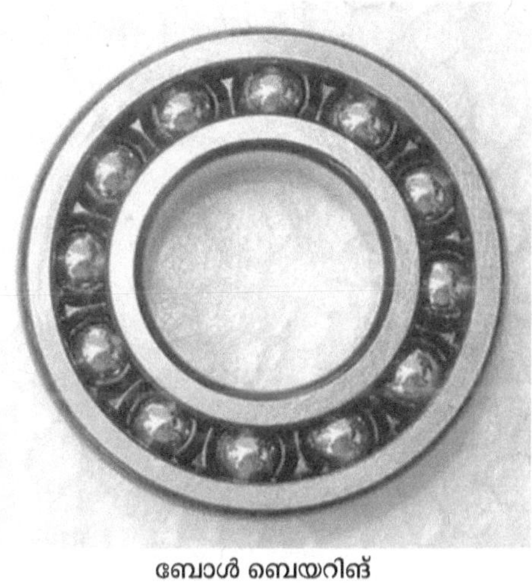

ബോൾ ബെയറിങ്

അപ്പോഴാണ് സൈക്കിളിന്റെ യുഗമെത്തുന്നത്. 1869-ൽ ബോൾ ബെയറിങ്ങുള്ള സൈക്കിൾ ഇംഗ്ലണ്ടുകാരനായ ജെയിംസ് മൂർ രംഗത്തു കൊണ്ടുവന്നു. 1930-ൽ മോട്ടോർ വാഹനങ്ങളുടെ ഗിയർബോക്സിൽ ഇംഗ്ലീഷ് ഡിസൈനറായ ഫ്രഡറിക് ലാൻചസ്റ്റർ ബെയറിങ് ഘടിപ്പിച്ചു. ഇന്ന് വാഹനങ്ങൾക്ക് ഇത് അനുപേക്ഷണീയമായിത്തീർന്നു. ബോൾ ബെയറിങ്ങില്ലാത്ത ഒരു ലോകത്തെപ്പറ്റി ചിന്തിക്കാൻ തന്നെ വയ്യാ.

# 17

# വൈദ്യുതി ബൾബ്

**അ**തിബുദ്ധിശാലിയായിരുന്നു തോമസ് ആൽവാ എഡിസൺ. 16-ാം വയസിൽത്തന്നെ നിരവധി വസ്തുക്കൾ അദ്ദേഹം നിർമിക്കാൻ തുടങ്ങിയിരുന്നു. അദ്ദേഹമാണ് വൈദ്യുതി ബൾബ് കണ്ടുപിടിച്ചത്. അദ്ദേഹത്തിന് ഏറ്റവും ലളിതമായി നിർമിക്കാൻ കഴിഞ്ഞത് ഇതായിരുന്നു. പത്തു ദിവസം കൊണ്ടാണത് സാധിച്ചത്.

ബൾബിനകത്ത് എങ്ങനെ ഒരു ഫിലമെന്റ് സ്ഥാപിക്കാമെന്നതിനായിരുന്നു കൂടുതൽ സമയം വേണ്ടിവന്നത്. ഉയർന്നതോതിലുള്ള വൈദ്യുതി വഹിക്കാൻ ഒരു ഫിലമെന്റിനും സാധിക്കുന്നില്ല. ലഭ്യമാകുന്ന എല്ലാവസ്തുക്കളുപയോഗിച്ചും അദ്ദേഹം പല പരീക്ഷണങ്ങൾ നടത്തി. തന്റെ സഹായിയുടെ താടിരോമംപോലും അദ്ദേഹം ഉപയോഗിച്ചു. 14 മാസംവരെ ഇതു നീണ്ടുപോയി.

എഡിസൺന്റെ വൈദ്യുത ബൾബ്

വളരെ നേർത്ത പരുത്തിനൂൽകൊണ്ടാണ് ഒടുവിൽ അദ്ദേഹം ലോകത്തെ ആദ്യത്തെ ബൾബ് ഫിലമെന്റ് നിർമിച്ചത്. നാൽപ്പത് മണിക്കൂറോളം പ്രവർത്തിച്ചിരുന്നു ഇത്. ഇതോടെ എഡിസൺ

പ്രശസ്തനായി. ബൾബിന്റെ പ്രകാശത്തോടൊപ്പം അദ്ദേഹത്തിന്റെ നാമവും പ്രഭാപൂരിതമായി.

ഇന്ന് ഈ ഫിലമെന്റുകൾ ടങ്സ്റ്റണിൽ നിന്നാണ് നിർമിക്കുന്നത്. 6170 ഫാരൻഹീറ്റ് വരെ ചൂട് താങ്ങാൻ ഇതിന് കഴിയും. മുടിയെക്കാൾ നേർത്ത ഈ ഫിലമെന്റിന് ഒരിഞ്ചിൽ താഴെ മാത്രമേ വലിപ്പമുണ്ടാകൂ. ഇന്ന് സോഡിയം/മെർക്കുറി വായുനിറച്ച ബൾബുകളും നിർമിക്കപ്പെടുന്നുണ്ട്. സാധാരണ ബൾബുകളെക്കാൾ ശക്തവും ഈടുറ്റതുമാണിവ.

ഭൂമിക്കടിയിലെ ജലവും സൂക്ഷ്മജീവികളും അദൃശ്യമായ ധാതുക്കളുമൊക്കെ കണ്ടെത്താൻ സഹായിക്കുന്ന അൾട്രാവയലറ്റ് ബൾബുകളും ഇന്ന് നിലവിലുണ്ട്. വ്യാജപെയിന്റിങ്ങുകൾപോലും തിരിച്ചറിയാൻ ഇതിന് കഴിവുണ്ട്.

# 18

# കാർ

**ലോ**കത്തെ ആദ്യത്തെ ആവിയിൽ പ്രവർത്തിക്കുന്ന കാർ നിർമിച്ചത് അമേരിക്കയിലെ ഇരട്ട സഹോദരങ്ങളായ എഫ് ഇ സ്റ്റാൻ ലിയും എഫ് ഒ സ്റ്റാൻലിയുമാണ്. ഒരു ദിവസം, മണിക്കൂറിൽ 197 മൈൽ സഞ്ചരിച്ച കാർ വായുവിൽ അൽപ്പം ഉയർന്നു. 100 മീറ്റർ ഉയർന്നപ്പോ ഴേക്കും നിലം പതിച്ചു. അത്ഭുതകരമെന്നുപറയട്ടെ, ഡ്രൈവർ രക്ഷപ്പെട്ടു. അതിനുശേഷം ഒരാളും കാറിൽ സഞ്ചരിക്കാൻ മുതിർന്നിരുന്നില്ല. സ്റ്റാൻലികുടുംബത്തിൽപ്പെട്ട ആരും ഇതുപയോഗിച്ചില്ല. കാർ പൂട്ടിയിട്ട് ഗാരേജിലായി.

ആദ്യമായി ആധുനിക വാതകഎൻജിൻ നിർമിച്ചത് 1870-ൽ ജർമ നിയിലെ നിക്കോളാസ് ഓട്ടോയാണ്. കാലക്രമേണ നിരവധി മാതൃകകൾ പരിഷ്കരിച്ചുകൊണ്ടേയിരുന്നു. 19-ാം നൂറ്റാണ്ടിന്റെ അവസാനത്തോടെ അമേരിക്കയിലെയും ഇംഗ്ലണ്ടിലെയും നിരത്തുകൾ മുഴുവൻ കാറുകൾ നിറഞ്ഞുകവിഞ്ഞു. ആരെയും ചിരിപ്പിക്കുന്നതരത്തിൽ വിചിത്രമായിരുന്നു ട്രാഫിക്ക് നിയമങ്ങൾ. ഇംഗ്ലണ്ടിലെ ഒരു നിയമം ഇപ്രകാരമാണ്: 'വേഗത മണിക്കൂറിൽ നാലു മൈൽ കവിയാൻ പാടില്ല. ചുവന്ന പതാകയേന്തിയ മനുഷ്യൻ കാറിനെ അനുഗമിക്കണം. ഒരു കുതിരവണ്ടിയും കാറും നേർക്കുനേരെ വന്നാൽ, കുതിരവണ്ടിക്ക് വഴിമാറിക്കൊടുക്കാൻ കാർ ഡ്രൈവർക്ക് ബാധ്യതയുണ്ട്.' ഇതാണ് പെനിസിൽവാലിയയിലെ ഒരു നിയമം.

എതിർപ്പുകളൊരുപാടുണ്ടായിട്ടും കാർവ്യവസായം വളർന്നു. 1915-ൽ, 90 മിനുട്ടിനകം ഒരു കാർ നിർമിക്കാവുന്ന പ്രൊജക്ട്, ഹെൻറി ഫോർഡ് അവതരിപ്പിച്ചു. അതിനുവേണ്ട എല്ലാ പാർട്ടുകളും അദ്ദേഹ ത്തിന്റെ പക്കൽ ഉണ്ടായിരുന്നു. അത് ഘടിപ്പിക്കേണ്ട തൊഴിലാളികൾ

ഹെൻറി ഫോർഡ് തന്റെ 'ബഫല്ലോ' 1921 മോഡൽ കാറിനൊപ്പം

മാത്രം മതി. ഇതോടെ വിപണിയുടെ അവസരങ്ങൾ കണ്ടെത്താൻ അദ്ദേഹം മൂലധനമിറക്കി. വൈകാതെ ഫോർഡ്കമ്പനി ലോകത്തെ ഏറ്റവും പ്രമുഖ കാർവ്യവസായികളായി മാറി.

ഇന്ന്, വിവിധതരം കാറുകളുണ്ട്. ചിലത് പെട്രോളിലോടുമ്പോൾ ചിലതിന് ഡീസലാണാവശ്യം. സൗരോർജത്തിൽ ഓടുന്ന കാറുകളും ഇന്ന് നിലവിലുണ്ട്.

# 19

# അണുനാശിനി

**പ**ണ്ട്, മുറിവുകൾ ചികിത്സിക്കാൻ മനുഷ്യന്റെ മൂത്രം ഉപയോഗിക്കാറുണ്ടായിരുന്നു. വിനാഗിരി ചേർത്ത ആൽക്കഹോളിന്റെ പ്രയോഗമാണ് മുറിവ് ചികിത്സിക്കാനുള്ള മറ്റൊരുവഴി. പ്രാചീനകാലത്ത് ചൂടുവെള്ളവും തേനും ഉപയോഗിച്ച് മുറിവ് ശുദ്ധിയാക്കി; അതിന്മേൽ എള്ളെണ്ണ ഉപയോഗിക്കുകയാണ് പതിവ്.

മുറിവിനുള്ള ചികിത്സയിൽ പൗരാണിക ഈജിപ്ത് മുമ്പിലായിരുന്നു. മൃതദേഹങ്ങൾ സംരക്ഷിക്കാനുപയോഗിക്കുന്ന രാസവസ്തുക്കളും മസാലകളും എണ്ണയുമൊക്കെ കണ്ടെത്തിയത് അവരായിരുന്നു. മുറിവുണക്കാനും ഇത്തരം രാസവസ്തുക്കളുപയോഗിച്ചുവന്നിരുന്നു.

16-ാം നൂറ്റാണ്ടിൽ മൈക്രോസ്കോപ്പ് കണ്ടെത്തിയതോടെ ബാക്ടീരിയയും, വൈറസ് പോലുള്ള സൂക്ഷ്മജീവികളും ഡോക്ടർമാർക്ക് ഗോചരമായി. മുറിവുകളുടെ ജീർണതയ്ക്ക് കാരണം ഈ ജീവികളാണെന്ന് അന്നുവരെ തിരിച്ചറിഞ്ഞിരുന്നില്ല.

ലൂയീ പാസ്റ്റർ

19-ാം നൂറ്റാണ്ടിൽ ഫ്രഞ്ച് ശാസ്ത്രജ്ഞനായ ലൂയിപാസ്റ്ററായിരുന്നു ഈ വസ്തുത കണ്ടെത്തിയത്. അതിനിടയിൽ ഈ സൂക്ഷ്മജീവികളെ നശിപ്പിക്കാനുള്ള ചില വഴികളെക്കുറിച്ച് ആലോചിക്കുകയായിരുന്നു ഇംഗ്ലീഷ് ശാസ്ത്രജ്ഞനായ ജോസഫ് ലിസ്റ്റർ. കാരണം, മുറിവുകളുടെ ജീർണതമൂലം

കടുത്ത പ്രയാസങ്ങളനുഭവിക്കുകയായിരുന്നു അദ്ദേഹത്തിന്റെ രോഗികൾ. ലിസ്റ്റർ തന്റെ ഉപകരണങ്ങളും കൈകളും രോഗികളുടെ മുറിവുകളും ഫിനോൾ ആസിഡോ കാർബോളിക് ആസിഡോ ഉപയോഗിച്ച് കഴുകി. തീർത്തും ഫലപ്രദമായിരുന്നു ഇത്. ഫലം കണ്ട് ഉൽസാഹം തോന്നിയ ലിസ്റ്റർ ശസ്ത്രക്രിയാ മുറിയിൽ ഫിനോൾ തളിച്ചു.

ക്രമേണ, ഇംഗ്ലണ്ടിലെ ഡോക്ടർമാരെല്ലാം ഫിനോൾ ഉപയോഗിച്ചു തുടങ്ങി. ലോകത്ത് ആദ്യത്തെ അണുനാശിനിയായിരുന്നു ഫിനോൾ.

പിന്നീട് വൈദ്യശാസ്ത്രത്തിന്റെ പുരോഗതിയോടെ ഫലപ്രദമായ പല അണുനാശിനികളും കണ്ടെത്തിക്കൊണ്ടിരുന്നു.

# 20

# എക്സ്റേ

'മനസിലെ ചിത്രങ്ങൾപോലും പിടിച്ചെടുക്കാൻ അവയ്ക്കു കഴിയും. അവയാണ് എക്സ്റേകൾ. വസ്ത്രത്തിനകത്തുള്ളതുവരെ കാണാൻ ഇവയ്ക്ക് കഴിവുണ്ട്. ചുമരിനപ്പുറത്തുള്ളതുപോലും ഇനി അദൃശ്യമാവില്ല... ഇതു ധാർമികതയ്ക്കെതിരാണ്. അതിനാൽ എക്സ് റേകൾ ഉടൻ നിരോധിക്കണം. നമ്മുടെ സ്വകാര്യതയ്ക്കു ഭീഷണിയാണവ.' വില്യം റോൺജൻ എക്സ്റേ കണ്ടുപിടിച്ചപ്പോൾ ഇത്തരം നാനാവിധ കിംവദന്തികളാണ് പരന്നത്. ആദ്യമായി ഈ രശ്മി അവതരിപ്പിച്ചത് കുട്ടികൾക്കു മുന്നിലായിരുന്നു.

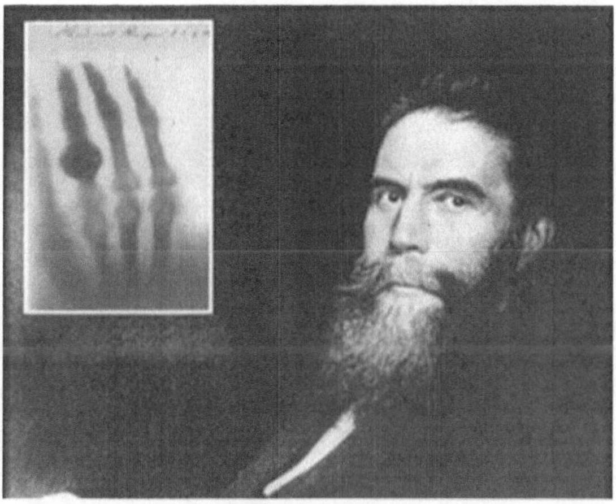

വില്യം റോൺജൻ

ഒരു സായാഹ്നത്തിൽ വില്യം റോൺജൻ കുട്ടികൾക്കായി ഒരു വിരുന്ന് സംഘടിപ്പിച്ചു. അതിൽ അദ്ദേഹം ഒരു മായാജാലവും പ്രദർശിപ്പിച്ചു. ഒരു കാഥോഡ് ട്യൂബും ഒരു കാർഡ്ബോർഡിന്റെ ചതുരപ്പലകയും മേശയിൽ വെച്ചു. അടച്ചുവെച്ചൊരു പെട്ടിയും അതിനിടയിൽ അദ്ദേഹം വെച്ചിരുന്നു. അദ്ദേഹം

കുട്ടികളോടു ചോദിച്ചു. "ഈ പെട്ടിയിൽ എന്താണുള്ളത്?" അവർക്കെങ്ങിനെ അറിയും? ഉടൻ റോൺജൻ സ്വിച്ച് ഓഫ് ചെയ്തു.

പെട്ടെന്ന് കാർഡ്ബോർഡിൽ നൃത്തം വെക്കുന്ന നിഴലുകൾ. മരപ്പെട്ടിയിൽ സ്ഥാപിച്ചിരുന്ന വസ്തുവിന്റെ നിഴലായിരുന്നു അത്. എക്സ്റേകളാണ് ഈ നിഴലുകൾക്ക് കാരണമെന്ന് കുട്ടികളറിഞ്ഞിരുന്നില്ല.

ആരോഗ്യശാസ്ത്രരംഗത്തു മാത്രമല്ല, ഭൂതകാലത്തെ കണ്ടുപിടിക്കുന്നതിലും എക്സ്റേകൾ സഹായകരമാണ്. 1960-ൽ, ഈജിപ്തിലെ മമ്മികളുടെ എക്സ്റേകൾ പരിശോധിച്ചപ്പോൾ, കാണപ്പെട്ട അത്ഭുതങ്ങൾ ചരിത്രത്തെത്തന്നെ മാറ്റിമറിക്കുന്നതായിരുന്നു. പല തിയറികളും തിരുത്തപ്പെട്ടു. നിരവധി നാട്ടുരാജ്യങ്ങൾ മാറ്റിമറിക്കപ്പെട്ടു. തൂത്തൻഖാമെൻ മമ്മിയുടെ ഉദാഹരണം തന്നെ നോക്കുക. ഇതിന്റെ തലയോട്ടിയുടെ പിൻഭാഗം പൊട്ടിയനിലയിൽ കണ്ടത് എക്സ്റേ വഴിയാണ്. ആരോ അടിച്ചുതകർത്തപോലെ. അതൊരു കൊലപാതകമാണെന്നാണ് വ്യക്തമായത്. മാകറെ രാജ്ഞിയുടെ മമ്മി അടക്കം ചെയ്തത് ഒരു ചെറിയ മമ്മിക്കൊപ്പമായിരുന്നു. അവരുടെ നവജാതശിശുവാണതെന്നായിരുന്നു വിശ്വസിക്കപ്പെട്ടിരുന്നത്. പക്ഷേ, ഇത് വാലില്ലാക്കുരങ്ങാണെന്ന് തിരിച്ചറിഞ്ഞത് എക്സ്റേയിലൂടെയായിരുന്നു.

എന്തുകൊണ്ടാണ് എക്സ്റേകൾക്ക് ആ പേരു വന്നത്? അജ്ഞാത ഘടകങ്ങൾക്കെല്ലാം എക്സ് എന്ന സംജ്ഞ നൽകൽ ശാസ്ത്രത്തിലും ഗണിതത്തിലും പൊതുവെയുള്ള രീതിയാണ്. അക്കാലത്ത് ഈ രശ്മികളെക്കുറിച്ച് നിർവചിക്കപ്പെടാത്തതിനാൽ, അവയുടെ പേര് എക്സ്റേ എന്നായി. പിന്നീടും ഈ പേര് തന്നെ നിലനിൽക്കുകയാണു ചെയ്തത്.

# 21

# ടേപ്പ് റിക്കാർഡർ

**കോ**പ്പൻഹേഗനിലെ വാൾഡ്മെയിർ പോൾസൺ ഒരു ഉപകരണം കണ്ടുപിടിച്ചു. സീറ്റിൽ ടേപ്പുകൊണ്ട് കെട്ടിയ രണ്ടു ബോക്സ്. ഒരു കാന്തിക വസ്തുകൊണ്ട് ടേപ്പ് മറച്ചിരിക്കുന്നു. ആരുടെയെങ്കിലും ശബ്ദം ആലേഖനം ചെയ്യാൻ ഈ ടേപ്പ് പ്രവർത്തിപ്പിക്കാം. ടേപ്പ് ഒരു ബോക്സിൽനിന്ന് തനിയെ അടുത്ത ബോക്സിലേക്ക് നീങ്ങും. നാം മൈക്രോഫോണിലൂടെ പേര് പറഞ്ഞാലും അത് ആലേഖനം ചെയ്യും.

ആദ്യകാല ടേപ്പ് റിക്കാർഡർ

ടെലിഗ്രാമഫോൺ എന്നായിരുന്നു ടേപ്പ് റിക്കോർഡറിന്റെ ആദ്യത്തെ പേര്. പക്ഷേ അത് അത്ര വിജയകരമായിരുന്നില്ല. കാരണം മികച്ച ആലേഖനത്തിന് അത്ര യോജിച്ചതായിരുന്നില്ല സ്റ്റീൽ ടേപ്പ്. 1929-ൽ, ജർമൻ ശാസ്ത്രജ്ഞനായ ഫ്ലമർ കാന്തികടേപ്പ് കണ്ടു

പിടിച്ചു. ഉടനെ, പി വി സി യുടെ അരങ്ങേറ്റവും ഉണ്ടായി. ഇതോടെ ടേപ്പ് റിക്കോർഡർ നിർമാണം വൻതോതിൽ കുതിച്ചു. 1935ൽ, ടേപ്പ് റിക്കോർഡറിന്റെ പരിഷ്കൃത രൂപമായ മാഗ്നെറ്റോഫോൺ ജർമനിയിൽ നിർമിതമായി.

അന്നുമുതൽ, ടേപ്പ് റിക്കോർഡറിന്റെ മുന്നേറ്റത്തിന്റെ കാലമായിരുന്നു. ഇന്ന് സംവേദനക്ഷമത കൂടിയ പലതരം ടേപ്പ് റിക്കോർഡറുകളുണ്ട്. അകലങ്ങളിൽ നിന്നുപോലും സൂക്ഷ്മമായ ശബ്ദം പിടിച്ചെടുക്കുന്നവയും ഇതിലുണ്ട്.

# 22

# തെർമോമീറ്റർ

**നി**റയെ വെള്ളമുള്ള ഒരു പാത്ര ത്തിൽ ഒരു നേരിയ ഗ്ലാസ്ട്യൂബ് മുക്കി വെക്കുക. അതിന്റെ മറ്റേഅറ്റം ഒരു ചൂടുള്ള ദ്രാവകത്തിൽ ചേർത്തു വെ ക്കുക. ചൂടുള്ള ദ്രാവകത്തിൽ നിന്ന് താപ മേൽക്കുമ്പോൾ ട്യൂബിലെ വായു വികസിക്കുകയും വെള്ളം നിറഞ്ഞ പാത്ര ത്തിന്റെ ഭാഗത്തേക്ക് സഞ്ചരിക്കുകയും ചെയ്യുന്നു. ഈ ചൂടുള്ള ദ്രാവകത്തിൽ നിന്ന് ഗ്ലാസ്ട്യൂബിന്റെ അറ്റം നീക്കിയാൽ വെള്ളം ഗ്ലാസ് ട്യൂബിലേക്ക് സഞ്ചരിക്കു ന്നു. ഗ്ലാസിലെ വെള്ളത്തിന്റെ ഉയര ത്തിൽനിന്ന് ദ്രാവകത്തിന്റെ താപ ത്തിന്റെ അളവ് പരിശോധിക്കാം.

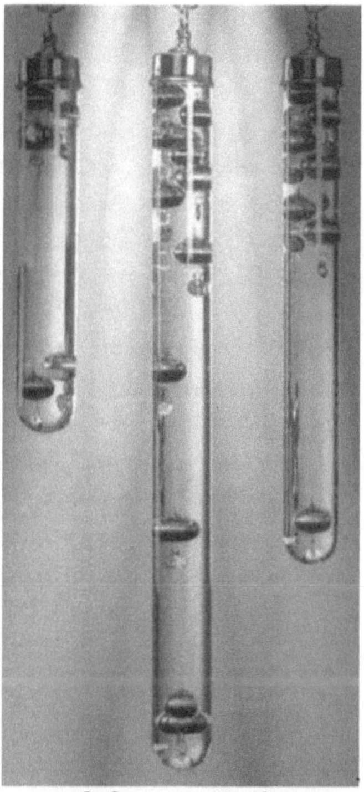
ഗലീലിയോ രൂപകൽപ്പന ചെയ്ത തെർമോമീറ്റർ

ഇതായിരുന്നു ലോകത്തെ ആദ്യ തെർമോമീറ്റർ. പ്രസിദ്ധ ശാസ്ത്രജ്ഞൻ ഗലീലിയോ ആണ് ഇതു കണ്ടെത്തിയ ത്. തെർമോസ്കോപ്പ് എന്നായിരുന്നു അദ്ദേഹം അതിന് പേരിട്ടിരുന്നത്. പിന്നീട് അദ്ദേഹത്തിന്റെ സുഹൃത്ത് സന്റോറിയോ സന്റോറിയ താപമളക്കാനുള്ള സൗകര്യ ത്തിനായി ട്യൂബിൽ ഒരു സ്കെയിൽ വച്ചു. ഈ തെർമോമീറ്ററിന് രണ്ടു ന്യൂന

തകളുണ്ടായിരുന്നു. ഒന്ന്, വായുസമ്മർദം ജലനിരപ്പിനെ ബാധിക്കും. രണ്ട് താപമളക്കാൻ ഒരു നിശ്ചിത യൂണിറ്റ് ഉണ്ടായിരുന്നില്ല.

പതിനേഴാം നൂറ്റാണ്ടിൽ ഫെർഡിനന്റ് രണ്ടാമനാണ് ആദ്യത്തെ പ്രശ്നം പരിഹരിച്ചത്. അദ്ദേഹം ട്യൂബിൽ ആൽക്കഹോൾ നിർമിത ദ്രാവകം നിറച്ച് ട്യൂബ് അടച്ചു. 1724-ൽ ഗബ്രിയേൽ ഡാനിയേൽ ഫാറൻഹീറ്റ് രണ്ടാമത്തെ പ്രശ്നവും പരിഹരിച്ചു. വെള്ളത്തിന്റെ ദ്രവണാങ്കം 32 ഡിഗ്രിയായും മനുഷ്യശരീരത്തിന്റെ സാധാരണതാപനില 98.4 ഡിഗ്രിയിലും ഇതിൽ നിശ്ചയിച്ചു.

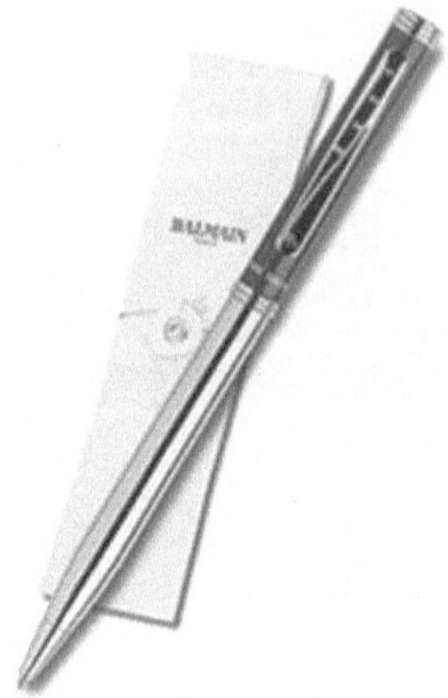

ആധുനിക തെർമോമീറ്റർ

1742-ൽ താപമളക്കാൻ മറ്റൊരു മാതൃകയുമായി സ്വീഡീഷ് ശാസ്ത്രജ്ഞനായ ആൻഡ്രെ സെൽഷ്യസ് മുന്നോട്ടുവന്നു. വെള്ളത്തിന്റെ ദ്രവണാങ്കം പൂജ്യം ഡിഗ്രിയും, തിളനില 100 ഡിഗ്രിയുമായാണ് അതിൽ അദ്ദേഹം കണക്കാക്കിയിരുന്നത്. ഇതാണ് സെൽഷ്യസ് സ്കെയിൽ എന്നറിയപ്പെടുന്നത്. ഇന്ന് ലോകവ്യാപകമായി ഇതാണ് ഉപയോഗിക്കുന്നത്.

അക്കാലത്ത്, പരീക്ഷണശാലകളിലോ കാലാവസ്ഥ പഠനസർവേകളിലോ മാത്രമേ തെർമോമീറ്റർ ഉപയോഗമുണ്ടായിരുന്നുള്ളൂ. മനുഷ്യശരീരത്തിന്റെ താപമളക്കാനുള്ള തെർമോമീറ്റർ ആദ്യമായി നിർമിച്ചത് ഇംഗ്ലണ്ടിലായിരുന്നു(1867). ഇത് വിജയിച്ചതോടെ ഇത്തരം തെർമോമീറ്ററുകൾ ജനകീയമായിത്തീർന്നു.

ഇന്ന് വിവിധതരം തെർമോമീറ്ററുകൾ നിലവിലുണ്ട്. ചിലത് ഉപയോഗിച്ചശേഷം കളയുന്നതാണ്. മറ്റുചിലത് ഒരു നീലതോടിന്റെ രൂപത്തിലുള്ളതാണ്. അവയിൽ കാണുന്ന എണ്ണത്തിനനുസരിച്ചാണ് താപം കണക്കാക്കുന്നത്. ബാറ്ററിയിൽ പ്രവർത്തിക്കുന്ന വൈദ്യുത തെർമോമീറ്ററുകളും ഇന്ന് ലഭ്യമാണ്. താപം രേഖപ്പെടുത്തിയശേഷം ബീപ് ശബ്ദം പുറപ്പെടുവിക്കുകയും മോണിറ്ററിൽ അത് കാണിക്കുകയും ചെയ്യുന്ന ഡിജിറ്റൽ തെർമോമീറ്ററുകളുമുണ്ട്.

# 23

# പ്രഷർകുക്കർ

**മ**ർദം വർധിക്കുമ്പോൾ ദ്രാവകത്തിന്റെ ദ്രവണാങ്കവും കൂടുന്നു. ഈ ലളിതമായൊരു ഭൗതികശാസ്ത്ര നിയമമനുസരിച്ചാണ് പ്രഷർകുക്കറുകളുടെ പ്രവർത്തനം.

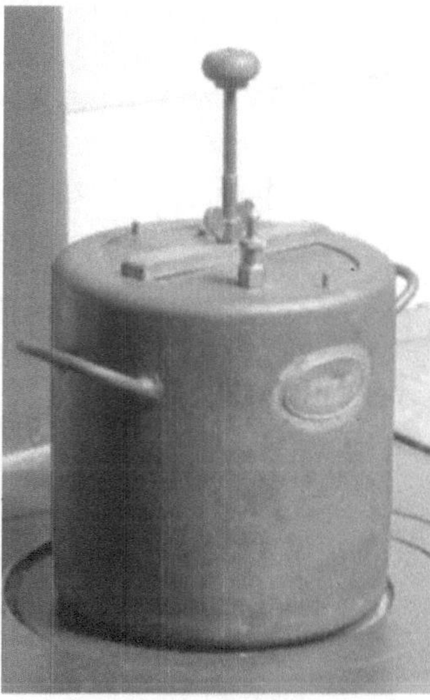

പ്രഷർകുക്കർ പഴയ മാതൃക

പ്രഷർകുക്കറുകളുടെ കണ്ടുപിടിത്തത്തിന് ഫ്രഞ്ച് ശാസ്ത്രജ്ഞനായ ഡെന്നീസ്പെപ്പിൻ ഈ നിയമമാണ് പ്രയോഗിച്ചത്. ഇംഗ്ലണ്ടിലെ പ്രശസ്ത ശാസ്ത്രജ്ഞൻ സർ റോബർട്ട് ബോയിലിന്റെ സഹായിയായി പ്രവർത്തിക്കുകയായിരുന്നു പെപ്പിൻ. 1672-ലാണ് അദ്ദേഹത്തിന്റെ പ്രഷർകുക്കർ ആദ്യമായി വിപണിയിലെത്തുന്നത്. Digestor എന്നായിരുന്നു അദ്ദേഹം ഇതിനു നൽകിയ പേര്. മാംസംപോലുള്ള കട്ടിയേറിയ ഭക്ഷണപദാർഥങ്ങൾപോലും പാകംചെയ്യാൻ ഇവകൊണ്ട് സാധിക്കും. വായു നിറഞ്ഞ പാത്രങ്ങളിൽ നീരാവി പിടിച്ചുവെക്കുന്നത് അപകടമാണെന്നതിനാൽ, ഉയർന്ന മർദംകാരണം ഒരുതവണ പൊട്ടിത്തെറിച്ചു. പ്രഷർകുക്കറിന് പെപ്പിൻ ഒരു സുരക്ഷിത വാൽവ് ഉപയോഗിച്ചു. പാത്രത്തിന് അപകടമില്ലാതെ മിച്ചം വരുന്ന ആവി പുറത്തു കളയാൻ ഇതു സഹായിച്ചു.

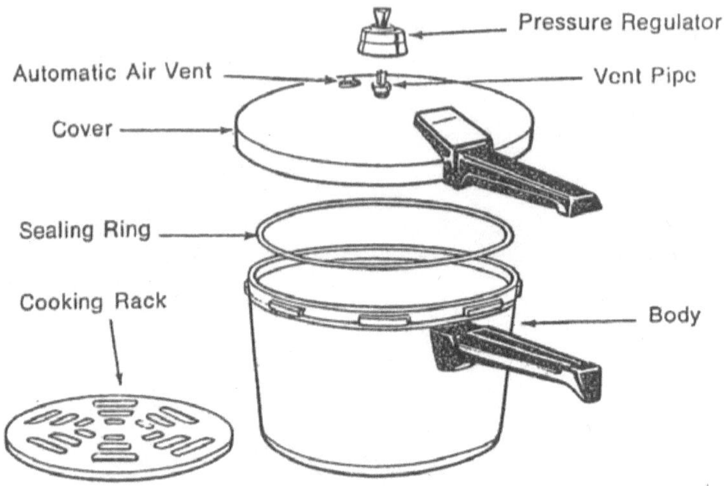


പ്രഷർകുക്കറിന്റെ ഘടന

ഒരുപാടു മാറ്റങ്ങൾക്ക് പ്രഷർകുക്കറുകൾ വിധേയമായിട്ടുണ്ട്. വിപണിയിൽ ഇന്ന് വിവിധതരം കുക്കറുകളുണ്ട്. പണവും സമയവും ലാഭിച്ചുകൊണ്ട് പ്രഷർകുക്കറുകളിൽ ഭക്ഷണം പാകം ചെയ്യാമെന്ന പെപ്പിന്റെ വാദം സത്യമായിരിക്കുന്നു.

ഉപയോഗത്തിന് ഏറ്റവും എളുപ്പമുള്ള രീതിയിലാണ് ഇന്നത്തെ കുക്കറുകൾ. ഇതിൽനിന്നും വായു പുറത്തേുപോകാതെ സംരക്ഷിക്കപ്പെടുന്നു. സുരക്ഷിതവാൽവുകളിലൂടെ മാത്രമേ വായു പുറത്തു കടക്കൂ. ആവശ്യത്തിനനുസരിച്ച് കുക്കറിന്റെ രൂപവും ആകൃതിയും മാറിയിട്ടുണ്ട്.

# 24

## ഗ്രാമഫോൺ, സ്റ്റീരിയോ

**മൂ**വായിരം വർഷങ്ങൾക്ക് മുമ്പ് ഒരു ചൈനീസ് രാജകുമാരന്റെ പക്കൽ ഒരു മാന്ത്രികപ്പെട്ടിയുണ്ടായിരുന്നു. അദ്ദേഹം പെട്ടിതുറന്നാൽ സ്നേഹിതന് നൽകേണ്ട ഒരു സന്ദേശം ആ പെട്ടിയിൽ പറഞ്ഞ് പൂട്ടിവെക്കും. പിന്നീട് പെട്ടി സുഹൃത്തിന് അയച്ചു കൊടുക്കും. സുഹൃത്ത് പെട്ടി തുറക്കുമ്പോൾ രാജകുമാരന്റെ ശബ്ദം കേൾക്കാൻ സാധിക്കുന്നു.

പ്രശസ്തമായൊരു ചൈനീസ് കഥയാണിത്. എന്നാൽ 1632-ൽ, ലോകം ചുറ്റിക്കാണാൻ സമുദ്രയാത്ര നടത്തിയ ഒരു കപ്പിത്താൻ, ദക്ഷിണദ്വീപുകളിലെ നിവാസികൾ കടൽപ്പഞ്ഞികളോട് സംസാരിക്കുന്നതു കണ്ടെന്ന് നാട്ടുകാരോട് പറഞ്ഞത്രെ. ഈ പഞ്ഞികൾ അമർത്തിയാൽ, അതേശബ്ദം ആവർത്തിക്കും. ഇതു തെളിയിച്ചുകൊടുക്കാൻ അദ്ദേഹത്തിനു സാധിച്ചിട്ടില്ലെങ്കിലും നിരീക്ഷണശേഷിയുള്ളവർക്ക് തന്റെ ശബ്ദത്തിന്റെ പ്രതിധ്വനി കേൾക്കാനാവുമെന്ന് ഇത് കാണിച്ചുതരുന്നു.

1877-ൽ, പഞ്ഞിയുടെയോ, മാന്ത്രികശക്തിയുടെയോ സഹായമില്ലാതെയായിരുന്നു തോമസ് ആൽവാ എഡിസൺ ലോകത്തെ ആദ്യ ഗ്രാമഫോൺ നിർമിച്ചത്. ഗ്രാമഫോണിന്റെ ഡ്രമ്മിൽ നിറച്ച ഒരു തകരച്ചെണ്ടയിൽ ശബ്ദം റെക്കോർഡ് ചെയ്തു. ഗ്രാമഫോണിൽ ആദ്യമായി റിക്കോർഡ് ചെയ്ത ശബ്ദം എഡിസൺ തന്നെ പാടിയ Mary had a little lamb എന്ന വരിയായിരുന്നു.

പക്ഷേ, ഡ്രമ്മിന്റെ ഗുണമേന്മ രണ്ടാംതരത്തിലുള്ളതായിരുന്നു. ശബ്ദത്തിന് വ്യക്തതയോ, തകരക്കഷ്ണത്തിന് ഈടോ ഇല്ലായിരുന്നു. പിന്നീട് ഈ തകരക്കഷ്ണങ്ങൾക്ക് പകരം മെഴുകു ഡ്രമ്മുകൾ രംഗത്തെത്തി.

എഡിസണ് കേൾവിക്ക് തകരാറുണ്ടായിരുന്നു. അതിനാൽ സംഗീത

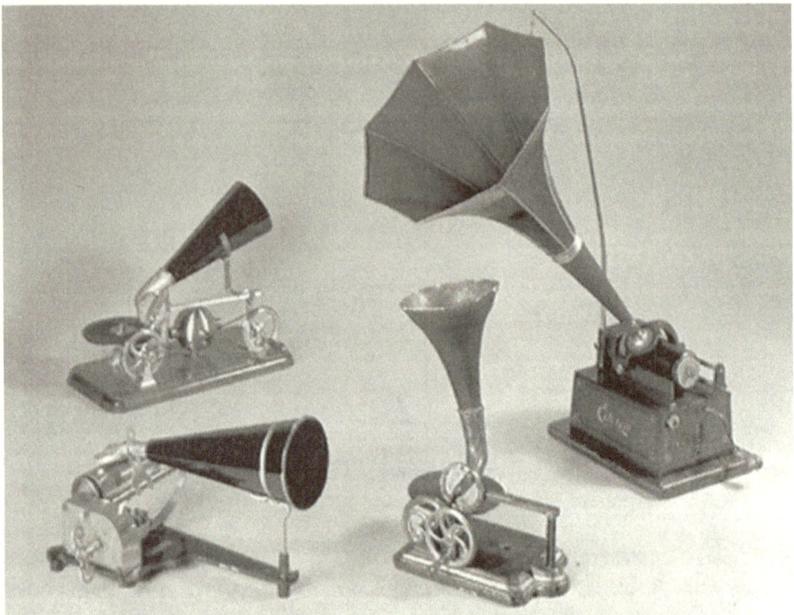

ഗ്രാമഫോൺ വിവിധ മാതൃകകൾ

ത്തിൽ വലിയ താൽപ്പര്യം കാണിച്ചിരുന്നില്ല. അക്ഷരങ്ങൾ, പഠനവിഷയങ്ങൾ മുതലായവ റിക്കോർഡ് ചെയ്യുന്ന ഒരു പഠന സഹായിയാണ് അദ്ദേഹത്തിന്റെ ഗണനയിൽ ഗ്രാമഫോണുകൾ. ബഹു കോടി ഡോളറിന്റെ സംഗീതവ്യവസായത്തിന്റെ കണ്ടുപിടിത്തമായിരുന്നു അതെന്ന് അദ്ദേഹം അന്ന് സങ്കൽപ്പിച്ചിട്ടുപോലുമുണ്ടാവില്ല.

ഗ്രാമഫോണിന്റെ പരിഷ്കരിച്ച രൂപമാണ് സ്റ്റീരിയോ. 1960 കളിലാണ് ഇതു വികസിപ്പിച്ചെടുത്തത്. രണ്ടിലേറെ മൈക്രോഫോണുകളുപയോഗിച്ചാണ് സ്റ്റിരിയോവിൽ റിക്കോർഡ് ചെയ്യുന്നത്. കാന്തിക ടേപ്പുകൾ കണ്ടുപിടിക്കുന്നതിനുമുമ്പ് റിക്കോർഡ് ചെയ്യുന്ന പണി അതീവ ദുഷ്കരമായിരുന്നു. ചെറിയൊരു വീഴ്ച വന്നാൽത്തന്നെ പാട്ട് വീണ്ടും റിക്കോർഡ് ചെയ്യണം. തെറ്റ് തിരുത്തുന്നതിന് യാതൊരു സംവിധാനവും ഉണ്ടായിരുന്നില്ല.

ഇന്ന് ഇവയെല്ലാം പഴങ്കഥകൾ. റിക്കോർഡ് പ്രക്രിയകൾ ഏറെ സുഖകരമാണിന്ന്. ഗ്രാമഫോണുകളും, സ്റ്റീരിയോകളുമാണ് ഒരർഥത്തിൽ ജീവിതം സംഗീതമയവും സംഘർഷമുക്തവുമാക്കുന്നത്.

# 25

# കുത്തിവെപ്പുകൾ

ഇതൊരു നീണ്ട കഥയാണ്. 18-ാം നൂറ്റാണ്ടിലാണിത് തുടങ്ങിയത്. വസൂരി ലോകത്താകമാനം പടർന്നുപിടിച്ചു. ഇംഗ്ലണ്ടിലെ ഡോ.എഡ്വാർഡ് ജെന്നർ ഒരു സംഗതി മനസിലാക്കി-പശുക്കളുമായി ബന്ധപ്പെട്ടു ജീവിക്കുന്നവർക്ക് വസൂരിബാധ കുറവാണ്. തന്റെ കണ്ടെത്തൽ പരീക്ഷിക്കാൻ അദ്ദേഹം തീരുമാനിച്ചു.

1796 മെയ് 14-ന്, ജെയിംസ് ഫിപ്പ് എന്ന എട്ടുവയസുകാരന് ജെന്നർ ഒരു ഇൻജക്ഷൻ നൽകി. ഒരു വസൂരിരോഗിയുടെ കുരുവിൽനിന്നും പുറത്തുവരുന്ന ഒരുതരം നീരായിരുന്നു സിറിഞ്ചിൽ നിറച്ചിരുന്നത്. വസൂരിയുടെ ചില ലക്ഷണങ്ങൾ കുട്ടിയിൽ പ്രകടമായി. അതു സുഖപ്പെടുകയും ചെയ്തു. ഏകദേശം ഒന്നരമാസം കഴിഞ്ഞപ്പോൾ ആ കുട്ടിക്ക് വീണ്ടും കൂടുതൽ കടുത്തഡോസിൽ ഇൻജക്ഷൻ നൽകി. പൂർണാരോഗ്യവാനായ കുട്ടിയിൽ യാതൊരു ലക്ഷണവും കണ്ടില്ല. ഒന്നാമത്തെ കുത്തിവെപ്പിൽത്തന്നെ കുട്ടി രോഗപ്രതിരോധശേഷി നേടിയതിനാലാണ് രണ്ടാമത്തെ കുത്തിവെപ്പിൽ രോഗത്തിനെതിരെ പ്രതിരോധിച്ചു നിൽക്കാൻ അവന് സാധിച്ചതെന്ന് ജെന്നർ മനസിലാക്കി.

ഇതാണ് ആദ്യത്തെ കുത്തിവെപ്പ്. വെക്സാ എന്നാൽ ലാറ്റിൻ ഭാഷയിൽ പശു എന്നാണർഥം. ഈ വാക്സിൻ പല രോഗികളിലും വിജയകരമായി പരീക്ഷിച്ചു. പിന്നീട്, പേവിഷത്തിനെതിരെയുള്ള വാക്സിൻ കണ്ടുപിടിച്ചത് ലൂയിപാസ്റ്ററാണ്.

ടൈഫോയ്ഡ്, വില്ലൻചുമ, ടെറ്റനസ്, കോളറ തുടങ്ങിയവയ്ക്കുള്ള വാക്സിനുകൾ മുമ്പേ കണ്ടെത്തിയിരുന്നു. ആദ്യം കുത്തിവെപ്പുകളോട് ജനങ്ങൾക്ക് വിമുഖതയായിരുന്നു. സൈന്യത്തിൽ ചോരാൻ കുത്തിവെപ്പുകൾ നിർബന്ധമാണെന്ന ഒറ്റക്കാരണത്താൽ അവ തിരസ്കരിച്ചവരു

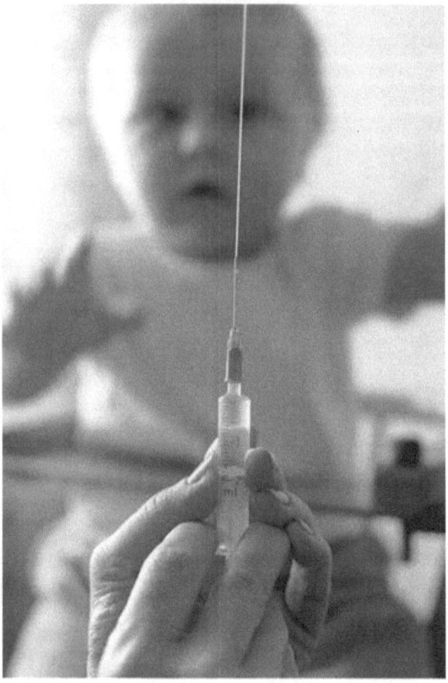

മുണ്ട്. പക്ഷേ പകർച്ചാവ്യാധികളുടെ കാലത്ത് ജനം കുത്തിവെപ്പുക ളുടെ പ്രാധാന്യം തിരിച്ചറിഞ്ഞു.

അന്നുതൊട്ട്, കുത്തിവെപ്പുകൾ കുട്ടികൾക്ക് നിർബന്ധിതമായി മാറി. ഭീകരരോഗങ്ങൾ തടയാൻ കുത്തിവെപ്പുകൾ മികച്ച മാർഗമാണ്.

# 26

# വായുശീതീകരണി (A/C)

**പ**തിനെട്ടാം നൂറ്റാണ്ടിൽ ബാഗ്ദാദിലെ ഖലീഫയായിരുന്ന അൽമെഹന്ദി രാജകൊട്ടാരത്തിൽ സുഖമായി ജീവിക്കുകയായിരുന്നു. ആജ്ഞാനുവർത്തികളായ ധാരാളം വേലക്കാർ അയാൾക്കുണ്ടായിരുന്നു. ഈ ഖലീഫയ്ക്ക് ജീവിതത്തിൽ ഒരു പ്രശ്നമേ ഉണ്ടായിരുന്നുള്ളു. ചൂടുകാരണം ഉഷ്ണകാലം അയാൾക്ക് അസഹനീയമായിരുന്നു. ഒരു നാൾ അദ്ദേഹം ചിന്തിച്ചു, തന്റെ മുറിയുടെ ചുവരുകൾ ഇരട്ടിയാക്കി ഇടയിൽ ഐസുകൾ നിറച്ചാൽ ഉഷ്ണകാലം സഹിക്കാവുന്നതാക്കാം!

ഈ രീതി വിജയകരമായിക്കണ്ടു. പക്ഷേ വേലക്കാർക്കിത് മടുപ്പുളവാക്കുന്നതായിരുന്നു. ദിവസവും വിടവിനിടയിൽ ഐസ് നിറയ്ക്കണം. ഒരു സാധാരണ മനുഷ്യന് സുഖജീവിതത്തിനായി ഇതു താങ്ങാനാവാത്തതാണെന്നതിനാൽ, ഈ പ്രാകൃത വായുശീതീകരണ രീതി ഖലീഫയ്ക്ക് മാത്രമായി പരിമിതപ്പെടുത്തി.

ഉഷ്ണകാലങ്ങളിൽ തണുപ്പുലഭിക്കാൻ വർഷങ്ങളോളം മനുഷ്യൻ പ്രകൃതിവിഭവങ്ങൾ ഉപയോഗിക്കാറുണ്ടായിരുന്നു. കട്ടികൂടിയ ചുവരുകൾ നിർമിച്ചും, ഉയർന്ന മേൽക്കൂര ഉപയോഗിച്ചും, അവ ഇലകൾകൊണ്ടും പുല്ലുകൾകൊണ്ടും മറച്ചുംമറ്റുമാണിത് നടത്തിയത്. ആധുനിക വായുശീതീകരണ പ്രവർത്തനം തുടങ്ങുന്നത് 150 വർഷങ്ങൾക്ക് മുമ്പ് മാത്രമാണ്.

ഫ്ലോറിഡയിലെ ഡോ.ജോൺ സൺഗോറിക്ക് മലേറിയയും അതി

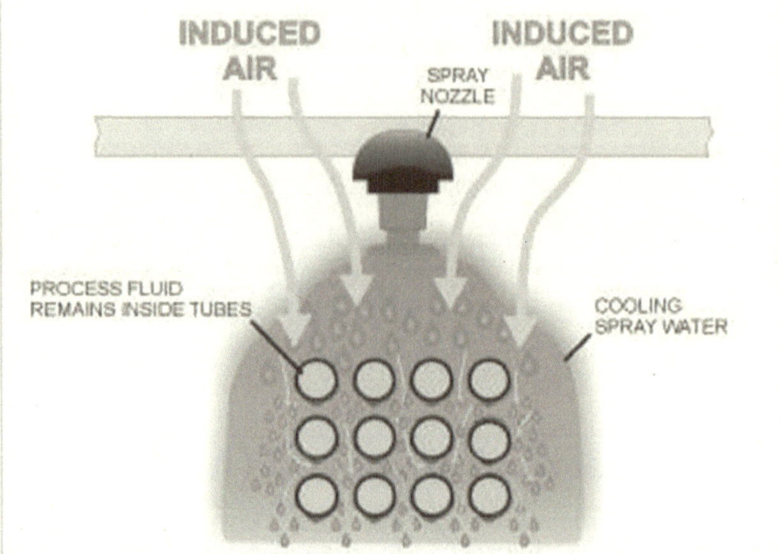

വായു ശീതീകരണിയുടെ ഘടന

സാരവും ബാധിച്ച നിരവധി രോഗികളെ പരിശോധിക്കാനുണ്ടായിരുന്നു. ഭയാനകമായ ചൂട് അവരുടെ രോഗത്തെ ശക്തിപ്പെടുത്തിക്കൊണ്ടിരുന്നു. 1851-ൽ, ഇതിനു പരിഹാരമായി ഡോ. ഗോറി ഒരു യന്ത്രം കണ്ടുപിടിച്ചു. ഐസ്കട്ടകൾക്ക് മുകളിലൂടെ തണുത്തകാറ്റ് സൃഷ്ടിക്കും. ഏതാണ്ട് ഈ സമയത്തുതന്നെയാണ് ഫ്രാൻസിലെ ഫെർഡിനന്റുകാരി ആദ്യമായി അമോണിയം തിരിയുണ്ടാക്കുന്നത്. അന്തരീക്ഷത്തിലെ ചൂടും ഈർപ്പവും വലിച്ചെടുക്കാൻ ഇതിന് കഴിയുമെന്ന് അദ്ദേഹം വാദിച്ചു.

1902-ൽ, എയർ കംപ്രസറും അമോണിയം തിരിയും ഉപയോഗിച്ച് കൊണ്ട് ലോകത്തെ ആദ്യത്തെ വായുശീതീകരണി നിർമിക്കപ്പെട്ടു. വില്ലിസ് എച്ച് കാരിയാണ് ഇതു രൂപപ്പെടുത്തിയത്. ആദ്യമായി ഇത് സ്ഥാപിച്ചത് ബ്രൂക്ലിൻ പ്രിന്റിങ്ങ് കമ്പനിയിലായിരുന്നു. പിന്നീട് ഇതിന്റെ സാങ്കേതികവിദ്യയും രൂപവുമൊക്കെ പരിഷ്കരിക്കപ്പെട്ടുപോന്നു.

ഇന്ന് എല്ലാത്തരം വായുശീതീകരിണിയും ലഭ്യമാണ്. ഒരു മുറി മാത്രമല്ല, വലിയ കെട്ടിടമൊന്നാകെ തണുപ്പിക്കാൻ ശേഷിയുള്ളവയും അതിലുണ്ട്. വേനലിനെ തണുപ്പിക്കാനും ശൈത്യത്തെ ചൂടാക്കാനും സാധിക്കുന്ന സംവിധാനങ്ങളും ഉണ്ടത്രെ.

ലോകത്തെ ഏറ്റവും വലിയ വായുശീതീകരണി ന്യൂയോർക്കിലെ വേൾഡ് ട്രേഡ് സെന്ററിലാണ് സ്ഥാപിച്ചിരുന്നത്. രണ്ടര ഏക്കർ വിശാലമായ സ്ഥലത്താണിതിന്റെ പമ്പുകളും മറ്റും നിലകൊണ്ടിരുന്നത്. ഇതിന്റെ പൈപ്പുകളുടെ നീളം 170 മീറ്റർ!

# 27

# അലക്കുയന്ത്രം

**ആ**യിരത്തി തൊള്ളായിരത്തി നാൽപ്പത്തി ഒന്ന്. രണ്ടാം ലോകമഹായുദ്ധം അരങ്ങുതകർക്കുകയാണ്. *ന്യൂയോർക്ക് ടൈംസിൽ* വന്ന ഒരു വാർത്ത ലോകത്തെ ഒന്നടങ്കം അമ്പരപ്പിച്ചുകളഞ്ഞു. 'അലക്കുയന്ത്രം നാസികളെ പരാജയപ്പെടുത്തി.'

സംഭവത്തിന്റെ യാഥാർഥ്യമിതാണ്. നാസികൾ ഹോളണ്ടിൽ അതിക്രമിച്ചു കയറി. അവിടത്തെ ജനങ്ങളുടെ വെണ്ണനിർമാണയന്ത്രങ്ങൾ പിടിച്ചെടുത്തു. ഇതോടെ ജനങ്ങളുടെ കച്ചവടം അവതാളത്തിലായി. എന്നാൽ അത്രപെട്ടെന്ന് വിട്ടുകൊടുക്കുന്നവരായിരുന്നില്ല ഡച്ചുകാർ. അലക്കുയന്ത്രങ്ങളുപയോഗിച്ച് അവർ വെണ്ണ നിർമിക്കാൻ തുടങ്ങി. ജീവിതം പഴയ അവസ്ഥയിലേക്ക് തിരിച്ചു വന്നു.

അലക്കുയന്ത്രത്തിന്റെ ഉപകാരം എത്രമാത്രമാണെന്ന് ഈ ഉദാഹരണം പറഞ്ഞുതരുന്നു. ഹവായിൽ നിന്ന് 700 കി. മീറ്റർ അകലെയുള്ള ജോൺസ്റ്റൺ ദ്വീപിലെ ജനങ്ങൾക്ക് നീരാളിയുടെ മാംസംതിന്നാൻ കൊതിയായി. പക്ഷേ അത് ചെറിയ മാംസങ്ങളാക്കിമാറ്റാൻ പ്രയാസം. ദ്വീപിൽ അലക്കുയന്ത്രം എത്തിയതോടെ മാംസം മുറിക്കാൻ എളുപ്പമായി.

1780-ൽ, ഇംഗ്ലണ്ടിലെ റോഡ്ഗർ റോസ്ഗർസൺ ആണ് ലോകത്തെ ആദ്യ അലക്കുയന്ത്രം നിർമിച്ചത്. 1797-ൽ രണ്ടാമതായി അമേരിക്കക്കാരൻ നതാനിയൽ ബ്രിഗ്സും മറ്റൊരുയന്ത്രം നിർമിച്ചു. ദൗർഭാഗ്യവശാൽ രണ്ടു യന്ത്രങ്ങളും പരാജയമായിരുന്നു. പക്ഷേ ശ്രമങ്ങൾ വീണ്ടും തുടർന്നുകൊണ്ടേയിരുന്നു. 1875-ൽ, 2000 ത്തിലേറെ മാതൃകകളിൽ യന്ത്രം വരികയും പോവുകയും ചെയ്തു. ഹൗസ് വൈഫ് ഡാർളിങ്, മാസ്റ്റിം, വുമൺ ഫ്രണ്ട്, കിൽ കാര, ഹമ്മർ... തുടങ്ങിയ പെൺപേരുകൾ പോലും സ്ത്രീകളെ ആകർഷിച്ചില്ല. ഈ യന്ത്രത്തിലിട്ട് അലക്കി

യാലും കൈകൊണ്ട് വീണ്ടും വൃത്തിയാക്കണം എന്നതിനാലാണ് ഇവ യൊക്കെ പരാജയപ്പെട്ടത്. കൈകൾക്ക് പ്രയാസമുണ്ടാവാതിരിക്കാൻ കണ്ടെത്തിയവയാണല്ലോ യന്ത്രങ്ങൾ.

# 28

# അനസ്തേഷ്യ

**ആ**യിരത്തി എണ്ണൂറ്റി നാൽപ്പത്തിരണ്ടിൽ അമേരിക്കയിലെ ജെഫേഴ്സൺ സിറ്റിക്കാരനായ ഡോ.ക്രാഫോർഡ് ലോംഗിന് പൊതുജനങ്ങളുടെ പ്രതിഷേധം നേരിടേണ്ടിവന്നു. ജനങ്ങൾ അദ്ദേഹത്തിന്റെ ചികിത്സാലയത്തിനുപുറത്ത് പ്രകടനം നടത്തുകയും വധഭീഷണി മുഴക്കുകയും ചെയ്തു. എന്തുകൊണ്ടാണെന്നറിയാമോ? രോഗികൾക്ക് ശസ്ത്രക്രിയ നടത്തുമ്പോൾ അദ്ദേഹം ഒരു ഡോസ് ഈഥർ നൽകും. അവർ വേദനയൊന്നും അറിയാതിരിക്കാനായിരുന്നു ഇത്. വിദ്യാർഥിയായിരുന്ന ജെയിംസ് വെനേബിൾ ആയിരുന്നു അദ്ദേഹത്തിന്റെ ആദ്യത്തെ രോഗി. ഈഥർ നൽകി അയാൾക്ക് അദ്ദേഹം ശസ്ത്രക്രിയ നടത്തി. രോഗി ഒരു വേദനയും അറിഞ്ഞിരുന്നില്ല. ഈഥറിന്റെ ഗന്ധം ആരോഗ്യത്തിന് ഒരുതരത്തിലും ബാധിച്ചതുമില്ല.

വാർത്തയാകെ പരന്നു. ചില വികൃതിക്കുട്ടികൾ തമാശയ്ക്കുവേണ്ടി ഡോ.ലോംഗിനോട് ഈഥർഗന്ധം നൽകാൻ ആവശ്യപ്പെട്ടു. അദ്ദേഹം അത് അംഗീകരിക്കുകയും ചെയ്തു. ഒമ്പതോളം രോഗികളെ അദ്ദേഹം ശസ്ത്രക്രിയയ്ക്ക് വിധേയരാക്കി. ഈഥറിന് ഓരോരുത്തരിൽ നിന്നും 2.25 ഡോളറായിരുന്നു അദ്ദേഹം ഈടാക്കിയത്. പണം നൽകി ബോധം കെടുത്തുന്ന ഈ ആശയം നഗരത്തിലെ പഴയ തലമുറകൾക്ക് ഇഷ്ടപ്പെട്ടിരുന്നില്ല! വൂഡൂ (ദുർമന്ത്രവാദം [black magic] ) ഉപയോഗിക്കുന്നുവെന്ന കുറ്റമാരോപിച്ച് അദ്ദേഹത്തിനെതിരെ ജനങ്ങൾ ബഹളമുയർത്തി. തികച്ചും നിസ്സഹായനായിരുന്നു ഡോ.ലോംഗ്. അങ്ങനെ ഈഥർ കൈയൊഴിയേണ്ടിവന്നു. ആ കഥ അങ്ങനെ അവസാനിച്ചു.

നാലു കൊല്ലം കഴിഞ്ഞപ്പോൾ 1846, ഒക്ടോബർ 16-ന് ഡോ. ജോൺ കോളിൻസ് വാറൻ മസാച്ചുസെറ്റ്സിലെ ഹോസ്പിറ്റലിൽ ഡോക്ടർ

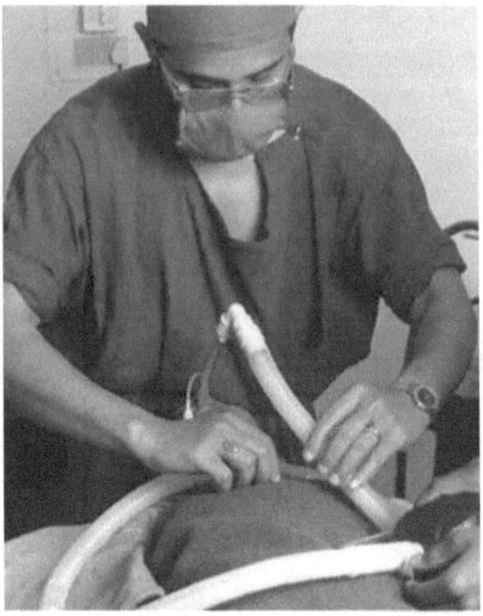

മാരുടെ പാനലിന് മുന്നിൽ ഈഥറിന്റെ പ്രയോഗം അവതരിപ്പിച്ചു. 20 കാരനായ ഗിൽബർട്ട് അബോട്ടിൽ ഈഥർ പ്രയോഗിച്ചുകൊണ്ട് ട്യൂമർ നീക്കം ചെയ്തു. അബോട്ടിന് ബോധംതെളിഞ്ഞപ്പോൾ വേദനയറിഞ്ഞിരുന്നുവോ എന്നന്വേഷിച്ചു. അബോട്ട് നിഷേധിച്ചു. ആധുനിക ഔഷധയുഗത്തിന്റെ തുടക്കം ഇങ്ങനെയായിരുന്നു.

അനസ്തേഷ്യയുടെ കണ്ടുപിടിത്തത്തിനുമുമ്പ് കരുണയില്ലാത്ത ദൗത്യമായിരുന്നു സർജന്മാർക്കുണ്ടായിരുന്നത്. വേദനനിറഞ്ഞ ശസ്ത്രക്രിയകൾ ഭയന്ന് ജനങ്ങൾ ഡോക്ടർമാരിൽനിന്ന് അകന്നു. ചിലയിടങ്ങളിൽ വേദനയറിയാതിരിക്കാൻ കറുപ്പും വൈനും, ആൽക്കഹോളുമൊക്കെയായിരുന്നു രോഗികൾക്ക് നൽകിയിരുന്നത്. ചില ഡോക്ടർമാരുടെ പ്രയോഗം ഹിപ്നോട്ടിസമായിരുന്നു.

അനസ്തേഷ്യയുടെ കണ്ടുപിടിത്തം ഇവയ്ക്കൊരു വെല്ലുവിളിയായി മാറി. അനസ്തേഷ്യയുടെ സഹായത്താൽ മാത്രമേ വൈദ്യശാസ്ത്രത്തിന് പുരോഗതി നേടാനാകൂ.

# 29

# ആസ്പിരിൻ

**വേ**ദനസംഹാരികളിൽ വളരെ പ്രചാരമുള്ള ഒന്നാണ് ആസ്പിരിൻ. ഇതിലെ പ്രധാനഘടകമായ അസെറ്റൈൽ സാലിസിലിക് ആസിഡ് 2000 വർഷങ്ങൾക്കുമുമ്പേ മനുഷ്യന് പരിചിതമാണ്. വെൺചന്ദനമരത്തിന്റെയും വില്ലോമരത്തിന്റെയും തൊലിയിൽ ഇതു ലഭിക്കുന്നു. എന്നാൽ മുമ്പുകാലത്ത് പ്രകൃത്യാ ലഭ്യമായരൂപത്തിലാണ് ഇത് ഉപയോഗിക്കപ്പെട്ടിരുന്നത്.

1763-ൽ, ഈ സസ്യങ്ങളിലടങ്ങിയ സത്തകളെക്കുറിച്ച് പഠിച്ചിരുന്ന ഡോ. എഡ്വാർഡ് സ്റ്റോണായിരുന്നു. ഇവയുടെ നീര് വേദനസംഹാരിയാണെന്ന് നിർദേശിച്ചത്. 1853-ൽ ഫ്രാൻസിൽവച്ച് കാൾ ഫ്രെഡറിക് ഗെർഹാർഡ് ഈ സത്തകൾ ആദ്യമായി കൃത്രിമ രൂപത്തിൽ നിർമിച്ചു. പക്ഷേ, ഈ പരീക്ഷണങ്ങൾ അധികം മുന്നോട്ട് പോയില്ല.

ഫെലിക്സ് ഹോഫ്മാൻ

1890-ൽ, പ്രശസ്ത ജർമൻ ഫാർമസ്യൂട്ടിക്കൽ കമ്പനിയായ ബായറിൽ ശാസ്ത്രജ്ഞനായി ജോലിചെയ്യുകയായിരുന്നു ഫെലിക്സ് ഹോഫ്മാൻ. അതിനിടയിലാണ് അദ്ദേഹത്തിന്റെ പിതാവിന് ആർത്രൈറ്റിസ് ബാധിക്കുന്നത്. കഠിനമായ വേദനമൂലം അദ്ദേഹം നിലവിളിക്കുമ്പോൾ യുവാവായ ഹോഫ്മാൻ തളരും. ഒരുനാൾ, ഈ വേദന

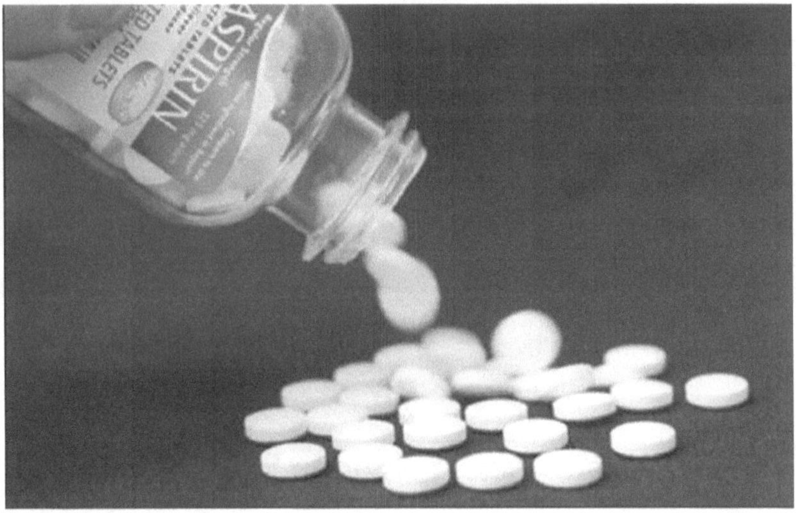


പരിഹരിക്കാൻ ഒരു മരുന്ന് തയാറാക്കാൻ അദ്ദേഹം തീരുമാനിച്ചു.

1897-ൽ, ഏഴുവർഷത്തെ തീവ്ര പ്രയത്നത്തിനുശേഷം അസറ്റൈൽ സാലിസിലിക് ആസിഡ് നിർമിക്കാൻ അദ്ദേഹത്തിന് സാധിച്ചു. ഇതിന്റെ സാമ്പിൾ പല ഡോക്ടർമാർക്കും എത്തിച്ചുകൊടുത്തു. അവരെല്ലാം രോഗികളിൽ ഇതു പരീക്ഷിച്ചു. അത്ഭുതപ്പെടുത്തുന്നതായിരുന്നു ഫലം. ഹോഫ്മാൻ ആഹ്ലാദഭരിതനായി. സ്വന്തം പിതാവിന്റെ മാത്രമല്ല, ലോകത്താകമാനമുള്ള ലക്ഷക്കണക്കിന് ജനങ്ങളുടെയും വേദനയ്ക്ക് പരിഹാരം നൽകാൻ അദ്ദേഹത്തിന് സാധിച്ചു.

ഫലപ്രദമെങ്കിലും ഇത് വിപണിയിലെത്താൻ 18 വർഷങ്ങൾ പിന്നിട്ടു. 1915-ൽ 20 ഗുളികവീതമടങ്ങിയ പായ്ക്ക് ബായർ കമ്പനി വിൽപ്പനയാരംഭിച്ചു.

ചതുപ്പുനിലങ്ങളിൽ സാധാരണ വളരുന്ന വെൺചന്ദനമരത്തിന്റെ വേര്, തൊലി, ഇല എന്നിവയിൽ കാണപ്പെടുന്ന രാസവസ്തുക്കളിൽ നിന്നാണ് അസറ്റൈൽ സാലിസിക് ആസിഡ് നിർമിക്കുന്നത്. ഒരു രോഗം വളരുമ്പോൾ അതിന്റെ പ്രകൃതിപരമായ പ്രതിവിധി അടുത്തുതന്നെയുണ്ടാകുമെന്ന് പറയാറുണ്ട്. പനിയും ശരീരവേദനയും ചതുപ്പു പ്രദേശങ്ങളിൽ സാധാരണമാണെന്നതിനാൽ ഇവിടെ ഒരു ചോദ്യമുയരുന്നു. എന്തുകൊണ്ടാണിതിന് ആസ്പിരിൻ എന്നപേര് ലഭിച്ചത്? 'സ്പിരിയ' എന്ന പദത്തിൽനിന്നാണ് ആസ്പിരിൻ ഉണ്ടായതത്രെ. Meadow tree എന്നാണിതിന്റെ ശാസ്ത്രീയനാമം. ഒരു ബ്രാൻഡ് നാമമെന്നനിലയിൽ ബായർ കമ്പനി ഉപയോഗിച്ചുവന്ന പേരാണ് ഇപ്പോഴും. ഇന്ന് ലോകത്ത് പ്രതിവർഷം ഏഴ് ബില്യൺ ഡോളർ വിലവരുന്ന ആസ്പിരിൻ നിർമിക്കപ്പെടുന്നുണ്ട്.

# 30

# റേസർ

ഈജിപ്തിലായിരുന്നു റേസറുകൾ ആദ്യമായി നിലവിൽ വന്നത്. ഓരോരുത്തരുടെയും അന്തസ്സനുസരിച്ച്, സ്വർണത്തിന്റെയും വെള്ളിയുടെയും ചെമ്പിന്റെയുമൊക്കെ റേസറുകളാണ് ഈജിപ്തുകാർ ഉപയോഗിച്ചിരുന്നത്. പക്ഷേ താടി ഷേവ് ചെയ്യുന്നവർ വളരെ കുറവായിരുന്നു. മറ്റു രാജ്യങ്ങളിലും ജനങ്ങളുടെ പേടിസ്വപ്നമായിരുന്നു ബാർബർമാർ. ഷേവ് ചെയ്യുകയെന്നത് ഒരു രക്തയുദ്ധം പോലെയായിരുന്നു. നെപ്പോളിയനെപ്പോലുള്ള വീരശൂരപരാക്രമികൾപോലും ഷേവ് ചെയ്യാറുണ്ടായിരുന്നില്ലത്രെ. റേസറിന്റെ പരിക്കിലുള്ള ഭയംമൂലം മാസങ്ങളോളം ജനങ്ങൾ ബാർബർമാരുടെയടുക്കൽ പോകാറില്ല.

കിങ്കാംപ് ഗില്ലറ്റ്

18-ാം നൂറ്റാണ്ടോടെ ഇംഗ്ലണ്ടിലും ജർമനിയിലും സ്റ്റീൽ റേസറുകൾ നിർമിക്കപ്പെട്ടു തുടങ്ങി. ഇടയ്ക്കിടെ മൂർച്ചകൂട്ടിക്കൊണ്ടിരിക്കേണ്ടതായിരുന്നു അവ. എങ്കിലും മുമ്പത്തെ റേസറുകളെ അപേക്ഷിച്ച് സുരക്ഷിതമായിരുന്നു. എന്നാലും ഷേവ് ചെയ്തു കഴിഞ്ഞാൽ സാധാരണക്കാരന്റെ മുഖത്ത് മുറിവുകൾ ധാരാളമുണ്ടായിരിക്കും.

19-ാം നൂറ്റാണ്ടിന്റെ മധ്യത്തിലാണ് സേഫ്റ്റി റേസറുകൾ കണ്ടുപിടിക്കപ്പെട്ടത്. ജീൻ ജാക്വസ് പെറെറ്റ് ഷേവ് ചെയ്യാൻ ബാർബർ ഷോപ്പിലേക്ക് ചെന്നതായിരുന്നു. ഏതാനും ദിവസങ്ങൾക്കുശേഷം അദ്ദേഹത്തിന് ചർമരോഗം പിടിപ്പെട്ടു. ഇതിനു പരിഹാരമായി സ്വന്തം റേസർ നിർമിക്കാൻ അദ്ദേഹം തീരുമാനിച്ചു. ആശാരിയുടെ രണ്ട് ഉളികൾക്കിടയിൽ ഒരു ക്ഷുരകകത്തിവച്ച് ഷേവ് ചെയ്യാൻ ശ്രമിച്ചു. പക്ഷേ പരാജയമായിരുന്നു അത്. അത് പ്രായോഗികമാവാതിരിക്കാൻ കാരണമുണ്ട്. ഓരോ ഷേവിനിടയിലും കത്തിക്ക് മൂർച്ച കൂട്ടുകയും ശരിപ്പെടുത്തുകയും വേണം.

കിങ്കാംപ് ഗില്ലറ്റ് എന്ന അമേരിക്കൻ കച്ചവടക്കാരനാണ് ഈ പ്രശ്നത്തിന് ഒരു കൃത്യമായ പരിഹാരം കണ്ടെത്തിയത്. വലിയ സ്വപ്നങ്ങളുള്ള ആളായിരുന്നു ഗില്ലറ്റ്. ലക്ഷാധിപതിയാകാനായിരുന്നു അദ്ദേഹത്തിന് ആഗ്രഹം. തന്റെ സ്വപ്നം സാക്ഷാൽക്കരിക്കാനുള്ള മാർഗമായി അദ്ദേഹം ഈ അവസരം ഉപയോഗിച്ചു. ഒരു സ്റ്റീൽ ബ്ലേഡ് സ്ഥാപിക്കുകയായിരുന്നു അദ്ദേഹത്തിന്റെ ആശയം. ഇത്തരം ഒരു റേസറുണ്ടാക്കാൻ അദ്ദേഹം സുഹൃത്ത് വില്യം നിക്കേഴ്സനോട് ആവശ്യപ്പെട്ടു.

1903-ൽ ഗില്ലറ്റ് ലോകത്തെ ആദ്യ സ്റ്റീൽ ബ്ലേഡ് വിറ്റു. ആദ്യ ദിവസം മാത്രം 51 റേസറുകളും 14 റേസർ ബ്ലേഡുകളും നിർമിക്കാൻ അദ്ദേഹത്തിന് കഴിഞ്ഞു. ജനങ്ങളതിന് സേഫ്റ്റിറേസർ എന്ന് പേരിട്ടു. ഒന്നാം ലോകമഹായുദ്ധാവസാനത്തോടെ, ജനങ്ങൾ സ്വയം ഷേവ് ചെയ്തു തുടങ്ങി.

1928-ൽ, ജോസഫ് ഷിക്ക് ബാറ്ററിയിൽ പ്രവർത്തിക്കുന്ന റേസർ നിർമിച്ചു. യാത്രാവേളയിൽ ഏറെ സൗകര്യമാണിത്. അന്നുമുതൽ റേസറുകൾ സജീവമാണ്.

# 31

# ഭൂഗർഭ റെയിൽവേ

**ആ**യിരത്തി തൊള്ളായിരത്തി പന്ത്രണ്ടിൽ ന്യൂയോർക്ക് നഗരത്തിൽ മെട്രോ റെയിൽ സംവിധാനത്തിനായി ഒരു ടണൽ കുഴിക്കുകയായിരുന്നു. ഇതിനിടയിൽ റെയിൽവേസ്റ്റേഷനും ട്രാക്കിനും ചേർന്ന് മുമ്പേ ഉണ്ടായിരുന്ന ഒരു ടണൽ തൊഴിലാളികൾ കണ്ടു. ട്രാക്കിൽ ഒരു മിനി തീവണ്ടി നിൽക്കുന്നു! ആരാണിത് ചെയ്തത്? ഭൂഗർഭറെയിൽവേയുടെ കഥ ആരംഭിക്കുന്നത് 150 വർഷം മുമ്പാണ്.

1860ൽ, തിരക്കേറിയ മാൻഹാട്ടൻ സ്ട്രീറ്റിലെ ഓഫീസിലിരുന്ന് റോഡിലെ തിങ്ങിനിറഞ്ഞ വാഹനഗതാഗതം വീക്ഷിക്കുകയായിരുന്നു ആൽഫ്രഡ് എലി ബീച്ച്. ഗതാഗതം ഇങ്ങനെ പോയാൽ ദിവസം ഒരടി പോലും മുന്നോട്ട് നീങ്ങാനാവാത്ത അവസ്ഥയുണ്ടാകുമെന്ന് ബീച്ചിന് തോന്നി. ഇതിനൊരു പരിഹാരം കണ്ടെത്താൻ അദ്ദേഹം തീരുമാനിച്ചു. റോഡിൽ റെയിൽവേ ട്രാക്ക് സ്ഥാപിക്കുകയെന്നത് പ്രായോഗികമല്ല. ഭൂഗർഭറെയിൽവേയെക്കുറിച്ചായിരുന്നു ബീച്ചിന്റെ ആലോചന. ഇതിനെക്കുറിച്ച് അധികൃതർക്ക് നിർദേശം നൽകിയെങ്കിലും രാഷ്ട്രീയഭിന്നതകൾ മൂലം മറുപടി കിട്ടിയില്ല.

അതിനാൽ, ബുദ്ധിശാലിയായ ബിച്ച് ഇതിനൊരു ബദലിനെക്കുറിച്ച് ചിന്തിച്ചു. ഒരു ടണൽ നിർമിക്കാൻ അദ്ദേഹത്തിന് അനുമതി കിട്ടി. അങ്ങനെ രാത്രി ഖനനം ആരംഭിക്കുകയും ചെയ്തു. ഒൻപതടിചുറ്റളവുള്ള, 312 അടി നീളമുള്ള ടണൽ 58 രാത്രികൾ നീണ്ടുനിന്ന ശ്രമത്തിനൊടുവിൽ പൂർത്തിയായി. അങ്ങനെ ഒരു സ്റ്റേഷൻ പണിപൂർത്തിയായി. പൂക്കളും ജലധാരകളും നിറച്ച് കാത്തിരിപ്പുമുറി അലങ്കരിച്ചു. 20 യാത്രക്കാർക്ക് ഇരിക്കാവുന്ന സൗകര്യത്തിൽ ഒരു ട്രെയിൻ എൻജിനും നിർമിച്ചു. ഇതോടെ വാർത്ത പരന്നു.

ഡൽഹി മെട്രോ റെയിൽ

പക്ഷേ രാഷ്ട്രീയമായ തടസ്സങ്ങൾ ഇതിന് വലിയൊരു പ്രശ്നമായിരുന്നു. അനുമതി വൈകിയതുമൂലം സാമ്പത്തിക ഇടപാടുകാർ പിൻവലിഞ്ഞു തുടങ്ങി. പിന്നീട് 1912-ൽ കണ്ടെത്തിയ ഈ പാതയാണ് ബീച്ചിന്റെ ഭൂഗർഭറെയിൽവേ.

1930ൽ, പല രാജ്യങ്ങളിലും മെട്രോ ട്രെയിനുകളുടെ ആവശ്യം ഉയർന്നുവന്നു. ടണൽ നിർമാണമായിരുന്നു ഇതിനൊക്കെയുള്ള പ്രധാന പ്രശ്നം. ദുർഘടമായൊരു പണിതന്നെയായിരുന്നു അത്. പല തൊഴിലാളികളും മരിച്ചു. ഇതുമാത്രമായിരുന്നില്ല പ്രശ്നം. ഉദാഹരണത്തിന്, റോമിൽ ടണൽ കുഴിക്കുന്നതിനിടെ ചരിത്രപ്രാധാന്യമുള്ള നിരവധി വസ്തുക്കളും കണ്ടുകിട്ടി. ചരിത്രപ്രാധാന്യമുള്ള നഗരമെന്ന നിലയിൽ, പുരാവസ്തു ഗവേഷണവിഭാഗത്തിന്റെ അനുമതിയില്ലാതെ ഇത്തരം വസ്തുക്കൾ തൊട്ടുകൂടെന്ന നിയമം ഉണ്ടായിരുന്നതിനാൽ പണി അവതാളത്തിലാവുകയും ഈ സംരംഭം അങ്ങനെ അവസാനിക്കുകയും ചെയ്തു.

ഇതുമായി ബന്ധപ്പെട്ട് ജർമനിക്ക് മറ്റൊരു പ്രശ്നത്തെയാണ് നേരിടേണ്ടിവന്നത്. മെട്രോസ്റ്റേഷനുവേണ്ടി മ്യൂണിക് നഗരത്തിൽ ടണൽ നിർമിക്കുകയായിരുന്നു. രണ്ടാംലോക മഹായുദ്ധത്തിലെ ബോംബുകൾ മണ്ണിൽ ചിതറിക്കിടന്നിരുന്നു. തൊഴിലാളികൾക്ക് ഇത് പ്രയാസം സൃഷ്ടിച്ചു.

ബ്രിട്ടീഷ് ഭരണകാലത്താണ്, ഇന്ത്യയിലാദ്യമായി കൊൽക്കത്തയിൽ റെയിൽ നിർമിക്കുന്നത്. നിരവധി ഭൂഗർഭ സംവിധാനങ്ങളുള്ളതാണ് ഡൽഹി മെട്രോ റെയിൽ.

# 32

# അംബരചുംബികൾ

**ആ**യിരത്തി എണ്ണൂറ്റി എൺപത്തി അഞ്ചിൽ ചിക്കാഗോയിലാണ് ആദ്യത്തെ അംബരചുംബി നിർമിച്ചത്. 10 നിലയുണ്ടായിരുന്ന ഈ കെട്ടിടത്തിന്റെ രൂപകൽപ്പന നടത്തിയത് വില്യം ലെ ബാറൺ ജെന്നിയാണ്. അഞ്ചുവർഷം കഴിഞ്ഞപ്പോൾ 14 നിലകളുള്ള മറ്റൊരു കെട്ടിടവും ന്യൂയോർക്കിൽ ഉയർന്നു. 1854-ൽ ഓട്ടിസ് ലിഫ്റ്റ് കണ്ടുപിടിച്ചതിനാൽ നിർമാണം എളുപ്പമായിരുന്നു. വലിയ കെട്ടിടങ്ങളിൽ ലിഫ്റ്റുകൾ അനിവാര്യമാണ്.

സ്ഥലപരിമിതിയും പെരുകുന്ന ജനസംഖ്യയുമാണ് ജനങ്ങളെ മണിമാളികകളിലേക്ക് മാറിച്ചിന്തിക്കാൻ നിർബന്ധിതരാക്കിയത്. വലിയ കെട്ടിടങ്ങളുടെ എണ്ണം വർധിച്ചതോടെ വിവിധ പ്രശ്നങ്ങളും തലപൊക്കിത്തുടങ്ങി. മനോരോഗവിദഗ്ധർ ഇത്തരം കെട്ടിടങ്ങൾക്കെതിരായിരുന്നു. ഇതിൽ താമസിക്കുന്നവരിൽ വിവിധതരം മാനസിക പ്രശ്നങ്ങൾ ഉടലെടുക്കുന്നുവെന്നതായിരുന്നു അവരുടെ ഭയം. ഒരർഥത്തിൽ ഇതു ശരിയുമായിരുന്നു. പത്തുനില കെട്ടിടങ്ങളിൽ താമസിക്കുന്നവർ സ്വന്തം ലോകത്ത് താമസിക്കുന്നതുപോലെയാണ്. അവർക്ക്

ന്യൂയോർക്കിലെ എംപയർ സ്റ്റേറ്റ് ബിൽഡിങ്

കോലാലംപൂരിലെ പെട്രോണസ് ഇരട്ടക്കെട്ടിടം

വീടും, അയൽപക്കവും അങ്ങാടിയും ഹോട്ടലും സ്വിമ്മിങ്പൂളും, എല്ലാം അതിനകത്ത് തന്നെയാണ്. ഒരു കെട്ടിടത്തിന് പുറംലോകത്തെ ആശ്രയിക്കേണ്ടതില്ലാത്ത അവസ്ഥ. ഇതുമൂലം തികച്ചും ഏകാന്തവും സ്വാർഥവുമായ ജീവിതത്തിലേക്ക് അവർ വഴിമാറുന്നു.

അഗ്നിബാധയാണ് ഇത്തരം കൂറ്റൻ കെട്ടിടങ്ങളുടെ ഏറ്റവും വലിയ ഭീഷണി. 'The Towering inferno' എന്ന ചലച്ചിത്രം, ഒരു മണിമാളികയിൽ തീപിടിക്കുന്നതിന്റെ സത്യസന്ധവും സ്പഷ്ടവുമായ വിവരണമാണ്. ഈ ചിത്രം പുറത്തിറങ്ങിയതോടെ ഫ്ളാറ്റുകളുടെ വില കുത്തനെ ഇടിഞ്ഞു. ജനങ്ങൾ ബംഗ്ലാവുകളിലും ഒറ്റനില ഫ്ളാറ്റുകളിലും താമസിക്കാൻ തുടങ്ങി. എന്നാൽ സ്ഥല ദൗർലഭ്യം അവരെ വീണ്ടും പഴയ അവസ്ഥയിലേക്ക് തിരിച്ചുകൊണ്ടുവന്നു.

ഇന്ന് കൂറ്റൻ മണിമാളികകൾക്ക് രാജകീയ സ്ഥാനമാണുള്ളത്. കോലാലംപൂരിലെ പെട്രോണസ് ഇരട്ടക്കെട്ടിടം വരുന്നതുവരെ ന്യൂയോർക്കിലെ എംപയർ സ്റ്റേറ്റ് ബിൽഡിങ്ങായിരുന്നു ലോകത്തെ ഏറ്റവും വലിയ കെട്ടിടം. പിന്നീടത് തായ്‌പേയ് (തായ് വാൻ) കൈയടക്കി. 1670 അടി ഉയരമുള്ളതാണ് ഈ കെട്ടിടം. 101 നിലയാണ് ഈ കെട്ടിടത്തിനുള്ളത്. എന്നാൽ 2010 ജനുവരി 4ന് ദുബായിലെ ബുർജ് ദുബൈ (ദുബായ് ടവർ) തലയുയർത്തിയതോടെ തായ്‌പേച്ചിയുടെ ഒന്നാം സ്ഥാനം. തെറിച്ചു. 828 മീറ്റർ (2720 അടി)യാണ് ഇതിന്റെ ഉയരം. 160 നിലയുള്ള ഈ ടവറിൽ ഏറ്റവും വലിയ ജലധാര, നിരീക്ഷണകേന്ദ്രം, നീന്തൽക്കുളം തുടങ്ങിയ പല റെക്കാർഡുകളും അടങ്ങിയിട്ടുണ്ട്.

# 33

# ലിഫ്റ്റ്

**ലോ**കത്താദ്യമായി ലിഫ്റ്റുകളെക്കുറിച്ച് വിവരിച്ചത് റോമൻ എൻജിനീയർ വിട്രേവിയസായിരുന്നു. ബി സി 26-ൽ ആയിരുന്നു ഇത്. 'പറക്കുന്ന കസേര' (Flying Chair) എന്നായിരുന്നു അദ്ദേഹം ഇതിനെ വിശേഷിപ്പിച്ചത്. പിന്നീട് വർഷങ്ങൾക്കുശേഷം 1743-ൽ ഫ്രഞ്ച് ചക്രവർത്തി ലൂയിസ് 15-ാമന്റെ മുറിക്കുപുറത്ത് ഇത്തരമൊരു കസേര സ്ഥാപിക്കുകയുണ്ടായി. ഈ കസേരയിൽ കയറിയാൽ രാജാവിന് നിമിഷങ്ങൾക്കകം മുകളിലെ നിലയിലുള്ള രാജ്ഞിയുടെ മുറിയിലെത്താൻ കഴിയും. ലോകത്തെ ആദ്യ ലിഫ്റ്റ് ഇതായിരുന്നു.

1854-ൽ, അമേരിക്കക്കാരനായ എലിഷ ഓട്ടിസ് അത്ഭുതകരമായൊരു ചുവടുവെച്ചു. ന്യൂയോർക്കിലെ ഒരു ഉയർന്ന കെട്ടിടത്തിൽ ഒരു തുറന്ന ലിഫ്റ്റ് അദ്ദേഹം സ്ഥാപിച്ചു. ലിഫ്റ്റ് ചലിച്ചു തുടങ്ങിയതോടെ അദ്ദേഹം ലിഫ്റ്റിന്റെ കയർ മുറിച്ചുമാറ്റി. കാഴ്ചക്കാരെല്ലാം പിറുപിറുത്തു. ലിഫ്റ്റ് പൊട്ടി നിലംപതിക്കുന്നതുകാണാൻ പോവുകയാണവർ. പക്ഷേ, ഒന്നും സംഭവിച്ചില്ല. അൽപ്പം കഴിഞ്ഞപ്പോൾ ലിഫ്റ്റ് തനിയേ നിശ്ചലമായി. അഹിതകരമായതൊന്നും സംഭവിച്ചില്ല. ഇതോടെ ഓട്ടിസ് വീരപുരുഷനായിമാറി.

തന്റെ കമ്പനി നിർമിക്കുന്ന ലിഫ്റ്റിന് വളർച്ചയുണ്ടാക്കുകയെന്നത് ഓട്ടിസിന് ഒരു അധ്വാനം തന്നെയായിരുന്നു. കയറ് പൊട്ടിയാലും ലിഫ്റ്റ് അപകടം ചെയ്യില്ലെന്ന് അദ്ദേഹം ലോകത്തിന് തെളിയിച്ചു കൊടുത്തു. ഈ സംഭവം വ്യാപകമായി ശ്രദ്ധിക്കപ്പെട്ടു. എങ്കിലും മൂന്നു വർഷത്തോളം ഒറ്റ ലിഫ്റ്റ്പോലും വിൽക്കാൻ അദ്ദേഹത്തിന് സാധിച്ചില്ല. 1857-ൽ, ന്യൂയോർക്കിൽ അഞ്ചുനിലയുള്ള ഒരു ഡിപ്പാർട്ടുമെന്റൽ സ്റ്റോറിനാണ് ആദ്യമായി ലിഫ്റ്റ് ഘടിപ്പിച്ചത്. ആവിയിൽ ചലിക്കുന്നതായിരുന്നു ഈ

ലിഫ്റ്റ്. പക്ഷേ മിനുട്ടിൽ 40 അടി മാത്രമേ ഇത് ചലിക്കൂ. അതിനാൽ ഉയർന്ന നിലകളുള്ള കെട്ടിടങ്ങൾക്ക് അനുയോജ്യമായിരുന്നില്ല ഇവ.

ലിഫ്റ്റുകളുടെ വേഗം വർധിപ്പിക്കാൻ നിരവധി പരീക്ഷണങ്ങളാണ് പിന്നീട് നടത്തിയത്. വൈദ്യുത ലിഫ്റ്റുകൾ വന്നതോടെയാണ് ഈ പ്രശ്നം ഏറെക്കുറെ പരിഹരിക്കാനായത്. 1889-ൽ ന്യൂയോർക്കിലെ ഡിമാറെസ്റ്റ് ബിൽഡിങ്ങിനാണ് ആദ്യത്തെ വൈദ്യുത ലിഫ്റ്റ് നിർമിച്ചത്. ഇന്ന് ബട്ടണുകളിൽ വിരലമർത്തിയാൽ ചലിക്കുന്ന ലിഫ്റ്റുകളാണുള്ളത്. ഏത് നിലയിൽ നിന്നും ഒരു ബട്ടണമർത്തിയാൽ ലിഫ്റ്റ് അവിടെയെത്തും. ലിഫ്റ്റുകളുടെ പരിഷ്കരണത്തിന്റെ കുത്തക ഓട്ടിസ് കമ്പനിക്കാണ്.

കാലക്രമേണ ലിഫ്റ്റുകൾ ചെലവേറിയതായിത്തീർന്നു. ഓട്ടിസ് കമ്പനിയുടെ ആദ്യത്തെ ലിഫ്റ്റിന് 300 ഡോളറായിരുന്നു വിലയെങ്കിൽ ആധുനിക ലിഫ്റ്റിന്റെ വില 15000 ഡോളറിലേറെവരും. ലിഫ്റ്റുകളുടെ വിലയല്ല, വേഗവും, ഗുണവും ആധുനിക സൗകര്യങ്ങളുമാണിന്ന് പരിഗണിക്കുന്നത്. നഗര ജീവിതങ്ങളിൽ ഒരു ആഡംബരമെന്നതിലുപരി അനിവാര്യമാണ് ലിഫ്റ്റുകൾ. ലിഫ്റ്റില്ലാതെ ഉയർന്ന നിലകളിൽ കയറുന്നത് ആലോചിക്കാൻപോലും കഴിയാതായി.

www.ingramcontent.com/pod-product-compliance
Lightning Source LLC
LaVergne TN
LVHW060421051026
849518LV00007B/2647
*9788126204120*